வாகை சூடுவீர்!

(குடிமைப்பணி தேர்வில் வெற்றி பெற 21 இரகசியங்கள்)

தா. முருகராஜ் IFS
(இந்திய அயலகப் பணி)

டிஸ்கவரி பப்ளிகேஷன்ஸ்
எண்: 9, பிளாட் எண்: 1080A, ரோஹிணி பிளாட்ஸ்
முனுசாமி சாலை, கே.கே.நகர் மேற்கு,
சென்னை - 600 078. பேச: 99404 46650

வெளியீட்டு எண்: 0456

வாகை சூடுவீர் (கட்டுரை)
ஆசிரியர்: தா.முருகராஜ் IFS©
Vaagai Suduveer (**Essays**)
Author: D.Murugaraj IFS©
Print in India

1st Edition : May - 2025
ISBN: 978-93-49113-65-7
Pages - 96
Rs.130

Publisher • Sales Rights

Discovery Publications
No. 9, Plot,1080A, Rohini Flats,
Munusamy Salai,
K.K.Nagar West, Chennai - 78.
Tamilnadu, India.
Mobile: +91 99404 46650

Discovery Book Palace (P) Ltd
No. 1055-B, Munusamy Salai,
K.K.Nagar West,
Chennai-600 078.
Mobile: +91 87545 07070

discoverybookpalace@gmail.com / www.discoverybookpalace.com

இந்த நூலில் பிரசுரமாகியுள்ள எந்த ஒரு பகுதியையும் எழுத்துபூர்வமான முன்அனுமதி பெறாமல் எடுத்தாள்வதோ, மறுபிரசுரம் செய்வதோ, மொழியாக்கம் செய்வதோ, ஊடகங்களில் மறுபதிப்புச் செய்வதோ, காப்புரிமைச் சட்டப்படி தடை செய்யப்பட்டுள்ளது. இந்த நூலிலிருந்து சில பகுதிகளை மேற்கோள்காட்டி நூல்அறிமுகம் செய்யலாம்.

உங்கள் மொபைல் போனிலிருந்து ஸ்கேன் செய்து 'டிஸ்கவரி புக் பேலஸ்' மொபைல் ஆப்பை டவுன்லோடு செய்து, புத்தகங்களை வாங்குங்கள்.

அனைவருக்கும் அளவில்லா அன்பும் நன்றியும்

உயிர் ஈந்த பெற்றோர் - தேவகி தாமோதரன்;
தோள் கொடுத்த இணையர் - ஸ்ரீபிரியதர்ஷினி;
நேரம் பகிர்ந்த பிள்ளைகள் - சங்கீத் வர்ஷினி, பாரத் நரேன்;
ஊக்கம் தந்த சுற்றம்

முன்னுரை

தா. முருகராஜ் IFS
இந்திய அயலகப் பணி,
அயர்லாந்திலுள்ள இந்தியத் தூதரகத்தின் முதன்மைச்
செயலாளர் மற்றும் துணைத் தூதுவர்

குடிமைப்பணி தேர்வெழுத முற்படுபவர்களின் வசதிக்காக தேசிய அளவில் கட்டணமில்லா நிகழ்நிலை (ஆன்லைன்) ஆலோசனை மையம் ஒன்றை தொடங்குவது என்ற எனது முயற்சியின் முதல் படிதான் இந்த நூல். நான் குடிமைப்பணியில் இணைந்து பண்ணிரெண்டு ஆண்டுகள் நிறைவடைந்த நிலையில், இதுவரை எவ்வளவோ ஆர்வலர்களுக்கு முடிந்தவரை நேரம் ஒதுக்கி நேரிலும், அலை பேசியிலும், மெய்நிகர் சந்திப்புகளின் (Virtual Meetings) மூலமாகவும் ஆலோசனைகளை வழங்கி வந்திருக்கிறேன். ஆனாலும், இருபக்கங்களிலும் இருந்த நேரப்பற்றாக்குறையின் காரணமாக சொல்லியது பாதி', சொல்லாமல் விட்டது மீதி என்று வேண்டிய ஆலோசனைகளை முழுமையாக அளித்த மனநிறைவு ஒருபோதும் இருந்ததேயில்லை. அந்தக் குறையை இந்த நூல் வாயிலாக நீக்கும் முயற்சி ஓரளவுக்காவது பயன்தரும் என்றே நம்புகிறேன்.

இந்த நூலின் ஒவ்வொரு வரியையும் எழுதும்போதும், முறையான ஆலோசனை கிடைக்காத காரணத்தினால் பொன்னான வருடங்களை வீணாக இழக்கும் எண்ணற்ற ஆர்வலர்களோடு, குடிமையியல் பணியின்பால் ஆர்வம் கொண்டுள்ள எனது குழந்தைகளையும் மனதிற் கொண்டே எழுதினேன். சில வருடங்கள் கழித்து அவர்கள் தேர்வுக்குத் தயாராகும் தருணத்தில், பணியின் காரணமாகவோ, சூழல் காரணமாகவோ அவர்களின் கரம் பற்றி வழிநடத்தும் பேறோ, அருகில் அமர்ந்து சொல்லித்தரும் இன்பமோ எனக்கு ஒருவேளை அமையாவிட்டாலும்கூட, இந்த நூல் அந்த வேலையை செவ்வனச் செய்யும் என்று மனநிறைவு கொள்கிறேன்.

இக்காலத்தில் தகவல்களுக்கு சிறிதும் பஞ்சமில்லாத காரணத்தினால், இந்த நூலில், குடிமையியல் தேர்வில் வெற்றி பெறுவதற்குத் தேவையான மற்ற கூறுகளுக்கு அதிக முக்கியத்துவம் தந்திருக்கிறேன். எதைப் படிப்பது எப்படிப் படிப்பது என்பதைவிட,

ஏன் படிக்க வேண்டும் எதற்காகப் படிக்க வேண்டும் என்று விளக்க முற்பட்டிருக்கிறேன். தேர்வில் வெல்வதை மட்டும் நோக்கமாகக் கொள்ளாமல், அதையும் தாண்டி குடிமைப்பணியிலும், வேலை வாழ்க்கை சமநிலைப் பேணுவதிலும் ஒருவர் வெற்றி பெரும் நோக்கில் இந்நூலை அணுகுவது நலம்.

வாழ்வின் எவ்வளவோ அல்லல்களுக்கிடையில், தங்களது முயற்சி மற்றும் பயிற்சியின் மூலம் இத்தேர்வில் வெற்றி பெற்ற எண்ணற்றவர்களின் கதைகளை மிகச்சுருக்கமாகத் தந்திருக்கிறேன். ஒவ்வொரு கதையும் பலருடைய உண்மைக் கதைகளின் கலவையாகும். மேலும், வாசிப்பை இயல்பாக்கும் நோக்கில் ஆங்காங்கே குறுங்கதைகளின் மூலம் கருத்துகளை விளக்கியிருக்கிறேன். எளிதாக உள்வாங்கிக்கொள்ள வசதியாக, ஒவ்வொரு அத்தியாயத்தின் முடிவிலும் மூன்று கருத்துகளை சுருக்கமாகத் தொகுத்துத் தந்திருக்கிறேன்.

எழுத்துப் பிழைகளை நீக்கியும் சில வரிகளை இயல்பாக படிக்க ஏதுவாக மாற்றியும் தந்த என் உடன்பிறந்த சகோதரி முனைவர் திருமிகு. வெற்றிச் செல்வி அவர்களுக்கும், இந்த நூலை வெளியிடும் டிஸ்கவரி பதிப்பகம் திருமிகு. வேடியப்பன் முனுசாமி அவர்களுக்கும் வாழ்த்துரை வழங்கிய உலகத் தமிழாராய்ச்சி நிறுவனத் தலைவர் எழுத்தாளர் திருமிகு. பாலகிருஷ்ணன் (IAS Rtd.) அவர்களுக்கும், மாநில திட்டக்குழு உறுப்பினர் மருத்துவர் திருமிகு. அமலோற்பவநாதன் அவர்களுக்கும், எழுத்தாளர் திருமிகு. ப. சிவகாமி (IAS Rtd.) அவர்களுக்கும், எழுத்தாளர் திருமிகு. எஸ். ராமகிருஷ்ணன் அவர்களுக்கும், மேனாள் தமிழ்த்துறை இணைப்பேராசிரியர், சென்னை கிறித்துவக் கல்லூரி திருமிகு. இளங்கோ அவர்களுக்கும் நெஞ்சார்ந்த நன்றிகளை உரித்தாக்குகிறேன்.

தங்கள் கருத்துகளை மின்னஞ்சல் மூலம் பகிர்ந்துகொள்ள விரும்புபவர்களுக்கு:

dmrajifs13@gmail.com

◆

முயற்சிதன் மெய்வருத்தக் கூலி தரும்!

திருமிகு. ஆர். பாலகிருஷ்ணன் (IAS Rtd.)
சிந்துவெளி ஆய்வாளர்
உலகத் தமிழாராய்ச்சி நிறுவனத் தலைவர்
எழுத்தாளர்

இந்திய அயலகப் பணியைச் சேர்ந்த திரு. தா. முருகராஜ் IFS தனது பணி எல்லைகளுக்கு வெளியே "கூடுதல் மைல்" நடந்து படைத்துள்ள நூல் 'வாகை சூடுவீர்!'. குடிமைப்பணித் தேர்வுகளில் வென்று சமூகப்பணியாற்றும் வேட்கை கொண்ட எண்ணற்றவர்களுக்கு வழிகாட்டும் முனைப்புடன் முருகராஜ் இந்த நூலை எழுதியுள்ளார்.

குடிமைப்பணியில் சேர விழைவோர்க்கு பயிற்சியளிக்க எத்தனையோ நிறுவனங்கள் உள்ளன. ஆயினும், வெளிநாடுகளில் பணிபுரியும் முருகராஜ் இந்த நூலை எழுதுவதற்கான பின்னணி, உந்துவிசை என்ன என்ற கேள்வியுடன் தான் இந்த நூலை வாசிக்கத்தொடங்கினேன். தனது முன்னுரையிலேயே இதற்கான விடையைத் தருகிறார் அவர்.

முருகராஜ் குடிமைப்பணியில் இணைந்து பன்னிரெண்டு ஆண்டுகள் நிறைவடைகிறது. குடிமைப்பணியில் சேர முயற்சி செய்யும் ஏராளமானோர்க்கு முடிந்தவரை நேரம் ஒதுக்கி நேரிலும், அலைபேசியிலும், மெய்நிகர் சந்திப்புகளின் (*Virtual Meetings*) மூலமாகவும் ஆலோசனைகளை வழங்கி வந்திருக்கிறார். ஆனாலும், இருபக்கங்களிலும் இருந்த நேரப்பற்றாக்குறையின் காரணமாக சொல்லியது பாதி, சொல்லாமல் விட்டது மீதி என்று வேண்டிய ஆலோசனைகளை முழுமையாக அளித்த மனநிறைவு அவருக்கு கிடைக்கவில்லை. அந்த மனக்குறை இந்த நூல் ஓரளவேனும் தீரும் என்ற நம்பிக்கையுடன் இந்த நூலை எழுதியிருக்கிறார். இந்த நூலை

வாசித்துமுடிக்கும் போது அவரது நம்பிக்கை பெருமளவு நிறைவேறியிருப்பதாகத் தோன்றியது.

"உங்கள் தனித்தன்மையைப் போற்றுங்கள்" என்பதில் தொடங்கி, "புத்திசாலித்தனமாகச் செயல்படுங்கள்" என்பதில் முடியும் 21 ஆலோசனைகளின் பட்டியலில் "நேர்மையான நடுநிலையின் தேவை, பயமற்ற நம்பிக்கை, உடல் நலம், மனநலம் பேணுதல், நேர மேலாண்மை ஆகியவையும் அடங்கும். இவையனைத்தும் மிக எதார்த்தமான, நடைமுறை சார்ந்த ஆலோசனைகள்.

2024 ஆம் குடிமைப்பணிக்கான அடிப்படைத் தேர்வில் (Prelims) 13.4 லட்சம் பேர் கலந்துகொண்டார்கள். அவர்களில் 14627 பேர் முதன்மைத் தேர்வை (Main) எழுதினார்கள். அதிலிருந்து 2845 பேர் நேர்காணலுக்கு முன்னேறினார்கள். இறுதியில் 1009 பேர் பல்வேறு குடிமைப்பணிகளுக்கு தேர்ந்தெடுக்கப்பட்டார்கள். இந்த மூன்று கட்டத்தேர்வுகளில் கடைசி இரண்டு கட்டத் தேர்வுகள் தான் மிகவும் முனைப்புள்ள, ஆற்றலுள்ள திறனாளர்களுக்கு இடையே நடக்கும் போட்டி என்று கூறவேண்டும். இதில் வெற்றி தோல்வியைத் தீர்மானிப்பது எது என்ற கேள்விக்கு விடைகூற முயன்றவர்கள், முயல்பவர்கள் ஏராளம். பயிற்சி நிலையங்கள் இதை மையமாக வைத்தே இயங்குகின்றன.

இம்முயற்சியில் தனித்திறன்கள் என்ற வரையறைகளுக்கும் அப்பால் சில பொது இயல்புகள், பொதுக்காரணிகள் உள்ளன. வெற்றியைத் தீர்மானிப்பதில் இவ்வியல்புகளும், அணுகுமுறைகளும் முக்கியமான பங்களிக்கின்றன என்பது தான் பட்டறிவு நமக்கெல்லாம் சொல்லித்தந்திருக்கும் பாடம்.

இந்த நூலின் அமைப்பு முறையைப் பற்றி குறிப்பிடவேண்டும். ஒவ்வொரு அத்தியாயத்திலும் அதற்கென்று தேவையான, சிறப்புவாய்ந்த மேற்கோள்கள் பயன்படுத்தப்பட்டுள்ளன. ஒவ்வொரு அத்தியாயத்தின் இறுதியில் சுருக்கம் என்ற பொருளில் சில வரிகளும், ஒரு கதையும் இடம்பெற்றிருக்கின்றன. சுருக்கம் அந்த அத்தியாயத்தில் எடுத்துரைக் கப்பட்ட கருத்துகளின் மையத்தை எடுத்துரைகிறது. இடம்பெற்றிருக்கும் "கதை" என்பது கதையாக இல்லாமல் நிஜ மனிதர்களின் வாழ்க்கையைச் சுட்டுகிறது. பெரும் இன்னல்களுக்கு நடுவில் வாகை சூடிய மனிதர்களின் வாழ்க்கை அளிக்கும் முன்னுதாரணங்கள், படிப்பினைகள் மற்றவர்களுக்கான வினையூக்கியாக மாறுகின்றன.

ஒரு செயலை "இவனால்" செய்ய முடியாது, "இவனால்" தான் முடியும் என்று முன்னனுமானங்களோடு அணுகும் போக்கிற்கு பிறப்பு சார்ந்த சமூகப்படிநிலைகள் குறித்து நமது பொதுப்புத்தியில் கடந்த காலம் ஏற்றிவைத்துள்ள நச்சுத்தன்மை தான் முதல்காரணம். பொருளாதாரம் சார்ந்த ஏற்றத்தாழ்வுகளும் கூடுதல் காரணமாகின்றன. ஆனாலும் இந்த இடர்ப்பாடுகளை எல்லாம் எதிர்கொண்டு, போராடி ஈர்ப்புவிசை மீறி எழத்துணியும் சிறகுக்கு வானம் வசப்படும் என்பதும் உண்மை.

“தெய்வத்தால் ஆகாதெனினும் முயற்சிதன் மெய்வருத்தக் கூலி தரும்” என்று மனிதனின் ஆற்றலின், முயற்சியின், உழைப்பின் மகத்துவம் பேசி, தன்னம்பிக்கையை விதைத்த திருவள்ளுவன் எப்பேர்ப்பட்ட பேரறிஞன்! "அறிவுடையோன் ஆறு அரசும் செல்லும்" என்ற ஆரியப்படை கடந்த நெடுஞ்செழியனின் கொள்கை அறிவிப்பு எத்தகைய தெளிவு.

சிறகுகள் பாரமில்லை; சிகரங்கள் தூரமில்லை என்ற உணர்வுதான் நம்மை காலம் காலமாக வழிநடத்தி வந்திருக்கிறது. எனது “சிறகுக்குள் வானம்” நூலில் (2012) ‘கூடுதல் மைலில் கூட்டமே இல்லை’ என்று நான் எழுதிய கவிதையில் சிலவரிகள் நினைவுக்கு வருகின்றன.

"கூடுதல் மைல்"
என்றொரு
கோட்பாடு உண்டு.

அது
வென்றவர்களுக்கெல்லாம்
விளங்கியிருக்கும்
வெற்றி ரகசியம்.
…………………
கூடுதல் மைல்களில்தான்
வீரிய விதைகள்
வெளிச்சத்திற்கு வருகின்றன.
கனவு மெய்ப்படுத்தும்
காரியச் சித்தர்கள்
கண்டெடுக்கப்படுகிறார்கள்.

‘காலண்டர் மனிதர்’களையும்
‘கடிகாரக் கூலிகளையும்
இங்கே காணமுடியாது.

கூடுதல் மைல் என்பது
உண்மையில்
கோடு கிழித்து
அடையாளம் காட்டப்படும்
எல்லைக்கல் அல்ல!.
எதிர்பார்ப்புகளைக் கடந்து
செயலாற்றும் மனிதர்கள்
இயல்பாகச் செல்லும்
வெற்றிக் களம்.

"வாகை சூடுவீர்" என்ற இந்த நூல் வாகை சூட வாழ்த்துகள்.

◆

குடிமைப்பணி தேர்வின் வாசலுக்கு...

திருமிகு. ப.சிவகாமி (IAS Rtd.)
எழுத்தாளர்

தா.முருகராஜ், ஐ எஃப் எஸ் . அவர்கள் எழுதியுள்ள "வாகை சூடுவீர்" (குடிமைப்பணி தேர்வில் வெற்றி பெற 21 ரகசியங்கள்) என்ற தலைப்பில் எழுதியிருக்கும் இந்நூலுக்கு முன்னுரை எழுதும் வாய்ப்புக்காக முதலில் சகோதரர் அவர்களுக்கு எனது நன்றியைத் தெரிவித்துக் கொள்கின்றேன்.

இந்தியாவின் உயரிய பணிகளில் நுழைவதற்கான திறவுகோல் குடிமைப்பணி தேர்வு. ஒவ்வொரு ஆண்டும் இலட்சக்கணக்கான இளைஞர்களின் கனவுகளைத் தாங்கி நிற்கும் இந்தத் தேர்வு வெறும் அறிவுத்திறனை மட்டும் சோதிப்பதல்ல. ஒருவரின் மன உறுதி, விடாமுயற்சி, சமூகப் புரிதல் மற்றும் தலைமைப் பண்புகளின் உரைகல்! நீண்ட நெடிய பயணத்தில் வழிகாட்டுதலும் முறையான பயிற்சியும் தன்னம்பிக்கையும் ஒருங்கே அமைந்தால் நிச்சயம் வெற்றி வசப்படும்.

நான் அறிந்த வகையில் குடிமைப்பணி தேர்வுக்குத் தயாராகும் ஒவ்வொருவரும் ஒரு தனித்துவமான பின்புலத்தையும் கனவுகளையும் திறமைகளையும் கொண்டு இருக்கிறார்கள். இந்த நூல் குடிமைப்பணிகளில் தனித்துவத்தையும், தேவைப்படும் முயற்சிகளையும் பல்வேறு தலைப்புகளில் ஊக்கப்படுத்தும் விதமாக மிகச்சிறப்பான முறையில் வடிவமைக்கப்பட்டுள்ளது. சிலர் முதல் முயற்சிலேயே இலக்கை எட்டி விடுகிறார்கள். சிலரோ பலமுறை போராடி வெற்றி வாகை சூடுகிறார்கள். இந்தத் தேர்வின் ஒவ்வொரு படியும் எழுதுபவருக்கும் வெற்றி பெறுபவருக்கும் புதிய பாடங்களை கற்றுக் கொடுக்கிறது. வெற்றிகள் வெற்றிகளாக மட்டுமில்லாமல் நம் பொறுப்புகளையும் உணர்த்துகின்றன.

இந்த நூல் சில முக்கியமான கருத்துக்களையும் கருத்துக்களை ஒட்டி சில கதைகளையும் அந்தக் கதைகளுக்குப் பின்னால் உள்ள

சிறப்பு அம்சங்களையும் பயன்படுத்தி உள்ளது சிறப்புக்குரியது. இவ்வுத்தியை கடைப்பிடித்து எழுதியதன் மூலம் எவரும் மிக எளிதில் படித்து புரிந்துகொள்ளும் தன்மையை இந்நூல் கொண்டிருக்கிறது.

குடிமைப்பணி தேர்வின் ஒவ்வொரு கட்டத்தையும் முதல் நிலை தேர்வு முதன்மை தேர்வு மற்றும் ஆளுமை தேர்வு என்ற தகவல்களையும் ஒவ்வொரு தேர்விலும் வெற்றி பெறுவதற்கான வழிமுறைகளையும், படிக்கவேண்டிய முக்கியமான பகுதிகள், நேர மேலாண்மை, முந்தைய ஆண்டுகளின் கேள்வித்தாள்களின் முக்கியத்துவம் மற்றும் அத்யாவசியமான விஷயங்களையும் இந்த நூல் விளக்குகிறது. மேலும் வெறும் பாடத்திட்டத்தை மட்டும் நம்பியிருப்பது வெற்றியைத் தராது என்பதால், வெற்றிகரமான குடிமைப்பணி அதிகாரியாக உள்ள தா. முருகராஜ் அவர்கள் ஒருவரின் சொந்த பலம் மற்றும் பலவீனங்களை அறிந்து கொள்ளுதல் போன்ற அம்சங்களை இந்த நூலில் ஆழமாக பதிவு செய்திருக்கிறார். இந்த நூல் படிப்பவர்களுக்கு ஒரு துல்லியமான வரைபடத்தைத் தருகிறது. இதற்கான தயாரிப்பை இருந்த இடத்திலிருந்து எப்படி தொடங்குவது, எப்படியெல்லாம் தனது சூழ்நிலையை வெற்றிக்கு சாதகமாக்கிக் கொள்வது, மேலும் நண்பர்கள் சுற்றத்தாரின் அரவணைப்பைப் பெற்றுக் கொள்வது போன்ற பல்வேறு நன்முறைகளை மகிழ்ச்சியுடன் கையாண்டு வெற்றி பெற வேண்டும் என மிக அழகாக சுட்டிக்காட்டப்பட்டுள்ளது. இந்நூல் குடிமைப்பணி தேர்வுக்கு மட்டுமல்ல தேர்ச்சி பெற்ற பின் எப்படி சிறப்பாக பணியாற்ற வேண்டும் என்பதற்கான படிக்கலாகவும் விளங்குகிறது. குடிமைப்பணி தேர்வுக்கான தயாரிப்பை மேற்கொள்பவர்கள் மட்டுமின்றி இந்நிலை படிக்கும் எவரும் பல்வேறு சூழ்நிலைகளை எப்படி கையாள வேண்டும் என்பதின்அடித்தளமாகவும் உள்ளது என்பது இந்த நூலின் மிகச் சிறப்பு வாய்ந்த அம்சங்களில் ஒன்று. இந்நூலை ஒரு தன் முன்னேற்ற நூல் என்று குறிப்பிட்டால் அது மிகையாகாது. இந்நூலை எதிர்காலத்தில் குடிமைப்பணி தேர்வு எழுத வரும் இளைஞர்களைக் கருத்தில் கொண்டு மிகச் சிறப்பாக வடிவமைத்து தனது முக்கியமான பணியோடு எழுத்துப் பணியையும் செய்து சமூகத்திற்கு தொண்டாற்றுகின்ற முருகராஜ் அவர்களை எவ்வளவு பாராட்டினாலும் தகும். அவருக்கு என் வாழ்த்துக்களைத் தெரிவித்துக் கொள்கின்றேன். இந்நூலை பயில்பவர்கள் நிச்சயமாக குடிமைப்பணி தேர்வில் வெற்றி பெறுவார்கள் என்பதினால் இந்நூலை அனைவருக்கும் பரிந்துரை செய்ய விழைகின்றேன் நன்றி.

◆

இந்த நூல் உங்கள் தூக்கத்தைக் கெடுத்துவிடும்!

மருத்துவர் திருமிகு. அமலோற்பவநாதன்
மாநில திட்டக்குழு உறுப்பினர்
எழுத்தாளர்

சில நூல்கள், வாசகருக்கு ஆழ்ந்த, இனிமையான உறக்கத்தைக் கொடுக்கும். டால்ஸ்டாயின் நூல்கள் அவ்வகை. சில நூல்கள் வரும் தூக்கத்தையும் கெடுத்துவிடும்! உடனடியாக எழுந்து எதையாவது செய்யத் தூண்டும். எப்படியாவது சாதிக்க வேண்டும் என்ற ஆவலை, ஏன் வெறியைத் தூண்டிவிடும்.

“வாகை சூடுவீர்” என்ற இந்நூலை நண்பர் தா.முருகராஜ் நம் அனைவரின் உறக்கத்தைக் கெடுப்பதற்கென்றே எழுதி இருக்கிறார்! இந்நூலை நான் ஒரே மூச்சில் வாசித்து முடித்தேன். முடித்தவுடன் அவரைத் தொலைபேசியில் தொடர்பு கொண்டேன். (அப்போது அவர் நாட்டில் நேரம் என்ன, அவர் பணியில் இருப்பாரா, நடு இரவா என்றெல்லாம் சிந்திக்கவில்லை.)

“உங்கள் நூலை இப்போதுதான் வாசித்து முடித்தேன். எனக்கு 65வயதுக்கு மேல் ஆகிவிட்டது. எனக்கே இந்நூலை வாசித்த உடன் எப்படியாவது குடிமைப்பணி தேர்வு எழுத வேண்டும் என்ற உந்துதல் ஏற்படுகிறது” எனக் கூறினேன். எனக்கே இப்படி என்றால் இதை வாசிக்கும் ஒவ்வொரு இள வயதினருக்கும் இத்தகைய கட்டுக்கடங்காத ஆவல், உந்துதல் ஏற்படும் என்றால் மிகையாகாது.

இந்நூல் திருக்குறளைப்போல் சுருக்கமாக, ஆனால் ஆழமாக எழுதப்பட்டுள்ளது. ஒவ்வொரு அத்தியாயமும் மூன்றாகப் பிரிக்கப் பட்டுள்ளது.

1) சொல்ல வந்த பொருள் 2) அதன் சுருக்கம் 3) அது தொடர்பான ஒரு சிறுகதை. வாசிக்கும் எவருக்கும் உற்சாகம் குறையாத ஒரு துள்ளல் நடை. ("ஒரே நேரத்தில் இரு முயல்களை வேட்டையாட விரும்பும் வேடன் வெறுங்கையுடன் தான் திரும்புவான்!")

ஒவ்வொரு அத்தியாயமும் வாசிக்கும் அனைவருக்கும் உற்சாகமும், நம்பிக்கையும் ஊட்டுபவை. இந்திய குடிமைப்பணி தேர்வு உலகிலேயே மிகக் கடினமான தேர்வு. ஒவ்வொரு ஆண்டும் இலட்சக்கணக்கானவர்கள் இத்தேர்வை எழுதினாலும் சுமார் 1000நபர்கள் மட்டுமே தேர்வு செய்யப்படுகிறார்கள்.

இத்தேர்வு மிகவும் கடினமானது. இது நம்மால் முடியாது என மன சோர்வு அடையும் அனைவரையும் "உன்னால் முடியும் தம்பி!" என்று தட்டி எழுப்பும் மாயப் பிரம்புதான் நண்பர் முருகராஜ் அவர்களின் இந்நூல். நம்மைப் போலவே முடியாது என நினைத்து தளர்ந்துபோய் பிறகு சாதித்தவர்களை ஒவ்வொரு அத்தியாயத்திலும் நம்முன் நிறுத்துகிறார்.

விடாமுயற்சி, படித்தவற்றைச் சரியாகப் புரிந்துகொள்ளுதல், புரிந்ததை எழுதி பார்த்தல், பிறருக்கு விளக்குதல், நேர்காணலை நேர்மையாக எதிர்கொள்ளுதல் - இவையே வெற்றிக்கான மிக எளிய தாரக மந்திரங்கள். எந்த ஒருவராலும் இந்த இலக்கை அடைய முடியுமானால், அந்த ஒருவர் நீங்கள்தான் என்ற நம்பிக்கையுடனும், விடாமுயற்சியோடும் முயன்றால் வானம் வசப்படும் என்பதை ஆணித்தரமாக பல உதாரணங்களுடன் (தனது உட்பட) ஆணித்தரமாக நிறுவுகிறார் நண்பர் திரு.தா.முருகராஜ் IFS!

இவ்வளவு சிறந்த நூலை எழுதிய நண்பருக்கும், பதிப்பகத்துக்கும் எனது நன்றிகள். இந்நூலை வாசித்து இந்திய குடிமைப்பணியில் நுழைந்து மக்கள் சேவை செய்யக் காத்திருக்கும் இளைய தலைமுறைக்கு எனது வாழ்த்துகள்.

◆

பெரிதினும் பெரிது

எஸ். ராமகிருஷ்ணன்
எழுத்தாளர்

எட்டாம் வகுப்பு படித்துக் கொண்டிருக்கும்போது எனது வகுப்பு ஆசிரியர் பொன்னையா "படித்து என்ன ஆகப்போகிறீர்கள்?" என்று மாணவர்களிடம் கேட்டார். நாலைந்து மாணவர்கள் கலெக்டர் என்று பதில் சொன்னார்கள். ஒரு மாணவி மட்டும் விஞ்ஞானி என்று சொன்னார்.

இருவரில் யார் பெரியவர் என்று ஆசிரியர் கேட்டார். அதற்கு அந்த மாணவி "விஞ்ஞானிகள் பெயரும் புகைப்படமும்தான் நமது பாடப்புத்தகத்தில் உள்ளன. கலெக்டர் படம் எதுவும் பாடப்புத்தகத்தில் இல்லையே" என்று பதில் சொன்னார். அதை ஏற்க மறுத்த மாணவர்கள், "கலெக்டர் கிராமத்திற்கு வந்தால் கிடைக்கும் மரியாதை எந்த விஞ்ஞானிக்கும் கிடைக்காது" என்றார்கள்.

ஆசிரியர் இருவரையும் சமாதானப்படுத்திவிட்டு, ஐஏஎஸ் என்பது இந்திய அளவில் நடத்தப்படும் ஒரு போட்டித் தேர்வு. அதில் வெற்றி பெற்றவர்களே ஐஏஎஸ் ஆகிறார்கள். அறிவியல் படித்து விஞ்ஞானியாக இருப்பவர்கள்கூடக் குடிமைப்பணி தேர்வு எழுதி கலெக்டர் ஆகியிருக்கிறார்கள். இந்திய அளவில் இதுதான் உயரிய மக்கள் சேவை" என்று பதில் சொன்னார்.

அத்தோடு "நீங்கள் கலெக்டர் ஆனால் அது உங்களுக்கு மட்டுமில்லை. நம் ஊருக்குப் பெருமை. நம் பள்ளிக்குப் பெருமை" என்றும் சொன்னார். அந்தப் பதில் இன்றும் மனதில் பசுமையாக இருக்கிறது. கிராமப்புற மாணவர்களுக்குக் கலெக்டர் என்பது உயரிய கனவு.

ஒவ்வொரு ஆண்டும் பல லட்சம் பேர் குடிமைப்பணிக்கான தேர்வை எழுதுகிறார்கள். இரண்டு நிலைத் தேர்வுகள். நேர்காணல்

என யாவிலும் வெற்றிபெற்று ஐஏஎஸ் ஆகிறவர்களின் எண்ணிக்கை மிகவும் குறைவு.

பெரிய நகரங்களில், பெரிய கல்வி நிலையங்களில், பெரிய குடும்பத்திலிருந்து வரும் மாணவர்களால்தான் ஐஏஎஸ் ஆக முடியும் என்ற நிலைமை மாறி கிராமப்புறத்தைச் சேர்ந்த, எளிய குடும்பத்தில் பிறந்த, அரசுப்பள்ளியில் பயின்ற மாணவ மாணவியர் பலர் குடிமைப்பணித் தேர்வில் வென்று சாதனை படைத்து வருவது மிகுந்த மகிழ்ச்சி அளிக்கிறது.

பிரிட்டிஷ் ஆட்சிக்காலத்தில் ஐசிஎஸ் தேர்வு எழுத லண்டன் செல்ல வேண்டும். குதிரையேற்றம் தெரிந்திருக்க வேண்டும். வசதியான குடும்பத்தில் பிறந்தவர்கள் மட்டுமே அன்று ஐசிஎஸ் ஆனார்கள். சுதந்திர இந்தியாவில் அந்த வாய்ப்பு எல்லோருக்கும் பொதுவாக மாறியது.

தமிழிலே குடிமைப்பணிக்கான தேர்வு எழுதி ஐஏஎஸ் ஆகி சாதனை செய்தவர் திரு.பாலகிருஷ்ணன் ஐஏஎஸ். தமிழின் தொன்மையை உலகறியச் செய்து வரும் சிறந்த தமிழ் அறிஞர். ஒரிசாவில் உயரிய பதவிகளை வகித்தவர், மிகத் திறமையான நிர்வாகி. அவரது சாதனை தமிழால், தமிழரால் எதையும் வெல்ல முடியும் என்பதற்கான சான்றாகும்.

இந்திய அயலகப் பணியில் பணியாற்றி வரும் இனிய நண்பர் தா.முருகராஜ் IFS குடிமைப்பணி தேர்வில் வெற்றி பெற 21 ஆலோசனைகளை வழங்கியிருக்கிறார். இவை போட்டித் தேர்வில் வெல்வதற்கான ஆலோசனைகள் மட்டுமில்லை, உங்கள் வாழ்க்கையில் வெற்றி பெறவும் உதவக்கூடியவை.

போட்டித் தேர்விற்கான மன அழுத்தத்தை நிர்வகிப்பதும் படிப்பதைப் போலவே முக்கியமானது. சமச்சீரான உணவு, சரியான தூக்கம், தொடர் பயிற்சிகள், சிறந்த நினைவாற்றல், ஆரோக்கியமான பழக்க வழக்கங்கள் மற்றும் சுய ஒழுக்கம் உங்கள் வெற்றியை எளிதாக்கும்.

குடிமைப்பணித் தேர்வு எழுதும் ஒருவர் வெறும் மனப்பாடம் செய்வதை விட அதிகமான அறிவுத்திறனும் ஆழ்ந்த புரிதலும் கொண்டவராக இருக்க வேண்டும். அதற்கான தனித்திறன்களை வளர்த்துக் கொள்ளும் வகையில் இந்த நூலை தா. முருகராஜ் IFS எழுதியிருக்கிறார். அவருக்கு எனது மனம் நிறைந்த பாராட்டுகள்!

◆

உள்ளடக்கம்

1. உங்கள் தனித்தன்மையைப் போற்றுங்கள்: 19
2. நேர்மையாய் நடுநிலைமையுடன் இருங்கள்: 22
3. கவனம் சிதறாத தீர்மானத்தைக் கொண்டிருங்கள்: 26
4. விழிப்புணர்வுடன் இருங்கள்: 29
5. புதிய முறையில் அணுகுங்கள்: 32
6. தீயவற்றை தூர எறியுங்கள்: 35
7. சமரசமில்லா ஒழுக்கத்தைப் பேணுங்கள்: 39
8. அச்சமின்றி நம்பிக்கையுடன் இருங்கள்: 42
9. எக்கணத்திலும் மகிழ்ச்சியாய் இருங்கள்: 45
10. செயல்முறையை அனுபவியுங்கள்: 48
11. உங்களுக்கான சூழலை அமைத்துக் கொள்ளுங்கள் 51
12. இருப்பதிலிருந்து தொடங்குங்கள் 55
13. உடல் நலம் பேணுங்கள் 58
14. மனநலம் பேணுங்கள் 61
15. பயிற்சி வகுப்புகள் தேவையா 65
16. நூல்கள் மற்றும் கையேடுகள் 68
17. சோம்பல் தவிர்ப்போம் 71
18. நிதி, உறவு மேலாண்மை 74
19. நேர மேலாண்மை 78
20. விருப்ப / பொழுதுபோக்கு வேலைகளைத் தேர்ந்தெடுங்கள் 81
21. புத்திசாலித்தனமாக செயல்படுதல் 84
22. பிற்சேர்க்கை 89

1

உங்கள் தனித்தன்மையைப் போற்றுங்கள்

ஒரு மனிதர் தனது தனித்துவத்திற்கு உண்மையாக இல்லாவிட்டால், அவரால் வேறு எதற்குமே விசுவாசமாக இருக்க முடியாது – யாரோ

பளிங்கு மாளிகையான தாஜ் மகாலோ, சாய்ந்தும் வீழாமலிருக்கும் பைசா கோபுரமோ மட்டுமல்ல உலக அதிசயங்கள் மனிதர்கள் ஒவ்வொருவருமே ஒரு உலக அதிசயம்தான். ஒருவரைப் போல மற்றொருவரில்லை. அனுபவங்கள் வேறு, ஆசைகள் வேறு, ஆளுமைகள் வேறு, திறன்கள் வேறு, தீர்மானங்கள் வேறு.

யார் யாரையோ பார்த்து எது எதுவாகவோ ஆக முயன்று தமது சுயத்தை ஒருவர் இழப்பதுதான், இங்கு மிகப்பெரிய அவலம். மற்றவர்களிடமிருந்து நல்லவற்றைக் கற்றுக்கொள்வதற்கும், கண்மூடித்தனமாக மற்றவர்களைப் பின்தொடரவோ பிரதிபலிக்கவோ முயற்சி செய்வதற்கும் மிகுந்த வேறுபாடு உண்டு. முன்னது ஒருவரை மெருகேற்றும்; பின்னதோ உருக்குலைக்கும்.

இந்தியக் குடிமையியல் பணிக்கான தேர்வு, அச்சில் வார்த்தது போன்ற ஒரே குணநலம் கொண்டவர்களைத் தேடிப் பிடிப்பது அல்ல; மாறாக, இது விதவிதமான தனித்திறமைகளைத் தங்களது சுயமாகக் கொண்டவர்களைச் சலித்தெடுக்கும் தேர்வு முறையாகும். பன்முகத்தன்மை கொண்ட இந்தியாவைத் திறம்பட நிர்வகிக்கும் பணிக்குழுவும் பன்முகத்தன்மையுடன் இருப்பதுதானே தர்க்க ரீதியிலும் சரியாகும். உருவில் ஒத்த செல்கள் நீக்கமற மனித உடலில் நிறைந்து இருப்பினும், அவை ஒன்றுபட்டு உறுப்புகளாய் மாறிய பின் அவற்றின் பணிகளும் பயன்களும் வேறு வேறுதானே.

பள்ளிப் பருவத்திலிருந்தே ஒருவர் தனது சுய அடையாளத்தையும் தனித்திறமைகளையும் பேணிக் காப்பது இன்றியமையாததாகும்.

கல்லூரிக் காலங்களில் அவற்றை மேன்மேலும் மெருகேற்றிக் கொள்வதும் முக்கியமாகும். ஒருவரது தனித்தன்மை அவர் தேர்வுக்குப் படிப்பதில் தொடங்கி, புரிந்து கொள்வது, தேர்வில் அறிவை வெளிப்படுத்துவது, சிக்கல்களை அணுகுவது, தீர்வுகளை நோக்கி நகர்வது என்று ஒவ்வொரு கட்டத்திலும் பெரும் பங்கு வகிக்கும்.

இவ்வாறான சிறிய சிறிய அனுகூலங்கள் ஒன்றிணைந்து இத்தகைய போட்டித் தேர்வுகளில் ஒருவரை கூட்டத்தில் தனித்துக் காட்டுவதிலும், மதிப்பெண் வரிசையில் வெகுவாக முன்னிறுத்துவதிலும் வியப்பேதுமில்லை. மூன்று கட்டத் தேர்வுகளிலும் சக போட்டியாளர் களை விட குறிப்பிடத்தக்க வகையில் கூடுதல் மதிப்பெண்களைப் பெற்றுத் தருவது மட்டுமல்லாது, பணியில் இணைந்த பிறகு எதிர்கொள்ளும் பல்வேறு வகையிலான பழைய மற்றும் புதிய சிக்கல்களுக்குத் தீர்வு காண்பதிலும் ஒருவரது தனித்தன்மை பெரும் பங்கு வகிக்கும்.

ஒரு காட்டில் ஒற்றுமையாக வாழ்ந்து வந்த விலங்குகளிடையே யார் சிறந்தவர் என்பதில் விவாதம் தொடங்கி மிகப்பெரிய கலவரமாய் ஆயிற்று. காடெங்கும் சத்தம்; காட்டின் அமைதி காணாமல் போயிற்று. அவைகளில் வயதில் மூத்த ஆமை அனைவரையும் ஒன்று கூட்டி ஒவ்வொரு விலங்கும் எப்படி விதவிதமான திறமைகளைத் தமக்கே உரிய தனித்தன்மைகளாய்க் கொண்டு காட்டின் வளர்ச்சிக்கு பங்களிக்கின்றன என்று எடுத்துக்கூறியது. யானையின் உடல் பலத்தையும், நரியின் புத்திக்கூர்மையையும், நீரில் முதலையின் திறனையும், வானில் கழுகின் ஆளுமையையும், ஓட்டத்தில் மானின் வேகத்தையும், ஆட்டத்தில் மயிலின் நளினத்தையும், சுறுசுறுப்பில் தேனியின் ஆற்றலையும் எடுத்துக்கூறி ஒருவழியாக காட்டின் அமைதியை மீட்டெடுத்தது. இது நாமறிந்த நன்னெறிக் கதைகளில் ஒன்று.

உருவைக் கொண்டோ ஆய்ந்தறியாமலோ ஒருவர் தன்னையோ பிறரையோ ஒருபோதும் குறைத்து மதிப்பிடுதல் கூடாது. அச்சாணியின் தனித்துவம், அது உருவில் சிறுத்திருந்தாலும் ஆகப்பெரிய தேரினைக் கூட திறம்பட இயக்குவதற்கு இன்றியமையாததாக விளங்குவதுதான். செயற்கைக் கோள் மற்றும் விண்கலம் போன்ற அதிநவீன தொழில்நுட்பங்கள் சாத்தியப்படுவதற்குத் தனித்தன்மை வாய்ந்த எண்ணற்ற உதிரிபாகங்களின் துணை தேவைப்படுகிறது.

வென்றவர் கதை:

மற்றவர்களைப் போல அவரும் குழந்தைப் பருவத்தில் ஆடித் திரிந்தவர்தான். அழகிய இவ்வுலகைக் கண்டு ரசித்தவர்தான். தனது ஐந்து வயதில் பார்க்கும் திறனை முழுமையாக இழந்த அந்தக் குழந்தை எப்படி துவண்டு போயிருக்கும். பார்த்துப் பார்த்து வளர்த்த பெற்றோர்க்கு எப்படி வலித்திருக்கும். அவர் வளரும் போது காலம் அவருக்கென பெரிதாக எதையோ வைத்து காத்திருக்கிறது என்ற நம்பிக்கையையும் ஊட்டியே வளர்த்தனர் பெற்றோர். பெற்றோரே அவருக்கு நான்கு கண்களாகவும் இருந்து ஒளிதந்தனர். மற்றவருக்குச் சற்றும் குறைவில்லாமல் கல்வியறிவையும் உலகறிவையும் ஊட்டினர். அனைத்திற்கும் மேலாக அசாத்திய தன்னம் பிக்கையுடன் வளர்ந்தார் அவர்.

கல்லூரிக்குப் பிறகு குடிமையியல் தேர்வுக்குத் தன்னைத் தயார் படுத்திக் கொண்டார். இதில் சிறப்பு என்னவென்றால், எந்தவிதப் பயிற்சி மையங்களின் உதவியையும் எதிர்பாராமல் தன்னைத் தானே அவர் பயிற்றுவித்துக் கொண்டதுதான். முதல் முயற்சியில் வெற்றி பெற்றாலும் எதிர்பார்த்த மதிப்பெண்களைப் பெறமுடியவில்லை. ஆனால், விடாமுயற்சியுடன் இரண்டாவது முறை தேர்வெழுதி தனது இந்திய ஆட்சிப் பணியில் இணைவதற்கான இலக்கை அடைந்து ஆயிரக்கணக்கானோருக்கு உத்வேகம் தரும் ஆளுமையாகத் தன்னை வரித்துக் கொண்டார். தனது உலகம் இருளில் மூழ்கிவிட்டாலும் தனது கரங்களில் ஏந்திய குடிமைப்பணி என்னும் அணையா விளக்கின் மூலம் கோடானுகோடி மக்களின் வாழ்வில் அனுதினமும் ஒளியேற்றி வருகிறார் அவர். அன்பு அறம் ஆகிய கண்களின் வழி இவ்வுலகைக் காண விழையும் எவருக்கும் இந்த உலகம் ஒளிமயமானதுதான்.

சுருக்கம்:

1. மற்றவர்களிடமிருந்து நல்லவற்றைக் கற்றுக்கொள்ளலாம்; ஆனால், கண்மூடித்தனமாகப் பின்தொடரவோ பிரதிபலிக்கவோ முயற்சி செய்யலாகாது.

2. ஒருவர் தனது சுய அடையாளத்தையும் தனித்திறமைகளையும் பேணிக் காப்பதும், மேன்மேலும் மெருகேற்றிக் கொள்வதும் முக்கியமாகும்.

3. உருவைக்கொண்டோ ஆய்ந்தறியாமலோ ஒருவர், தன்னையோ பிறரையோ ஒருபோதும் குறைத்து மதிப்பிடுதல் கூடாது.

◆

தா.முருகராஜ்

2

நேர்மையாய் நடுநிலைமையுடன் இருங்கள்

நீங்கள் மற்றவர்களின் கருத்துக்களால் பாதிக்கப்படுபவராக இருந்தால், உங்களுக்கென்று சொந்தக் குறிக்கோள் ஒருபோதும் இருக்கப் போவதில்லை – நெப்போலியன் ஹில்

வேதியியலில் வினையூக்கியைப் (*catalyst*) பற்றி படித்திருப்போம். வேதிவினையை தேவைக்கேற்ப வேகப்படுத்துவதற்கு உதவும் அதேவேளையில் தன்னை எந்தவித மாற்றத்திற்கும் உட்படுத்திக் கொள்ளாமல் தற்காத்துக்கொள்ளும் வினையூக்கியைப் போன்றே நமது வாழ்வையும் அமைத்துக்கொள்ள வேண்டும். தேர்வுக்குத் தயாராவதிலிருந்து பணியாற்றுவதையும் தாண்டி பணிஓய்வுக்குப் பிறகும்கூட ஒருவருக்கு உற்ற தோழமையாய்த் துணையிருப்பது இந்த நேர்மையும் நடுநிலைமையுமாகும்.

தேர்வின் மூன்று கட்டங்களிலும் ஒருவரது நேர்மையும் நடுநிலைமையும் சமூக சிக்கல்களுக்கான புரிதல்களாகவும் அவற்றுக்கான தீர்வுகளாகவும் வெளிப்பட்டு கூடுதல் மதிப்பெண்களைப் பெற உதவி செய்யும். நடுநிலைமை விருப்பு, வெறுப்புகளுக்கு அப்பாற்பட்டு, தெளிந்த பார்வையுடனும் தளராத உறுதியுடனும் குறையற்ற மனநிறைவுடனும் நாம் பணியாற்றுவதற்கும் உதவும்.

தேர்வுக்கான பாடங்களை நடுநிலைமையோடு அனுகவேண்டும். எழுதியவரோ எடுத்துரைப்பவரோ சொல்வதையும் தாண்டி கருத்துகளையும் செய்திகளையும் அவற்றுக்கே உரிய உண்மைத் தன்மையோடு அறிந்து கொள்ள வேண்டும்.

பணிக்காலத்தில், பல்வேறு விதமான பின்புலங்களைச் சேர்ந்த பொதுமக்களைச் சந்திக்க நேர்வதிலிருந்து, பல்வேறு விதமான

கொள்கைகளையும் கோட்பாடுகளையும் தூக்கிப் பிடிக்கும் அரசியல்வாதிகளுடன் பயணிக்க வேண்டியது வரையில் உங்களது நேர்மையையும் நடுநிலையையும் சோதனைக்குள்ளாக்கப்படும் எண்ணிலடங்கா சூழ்நிலைகள் ஏற்படும். வினையூக்கியைப் போல இருப்பவர்கள் மட்டுமே கரை சேர்கிறார்கள்; மற்றவர்கள் அத்தகைய கடுமையான வேதிவினைகளில் கரைந்து போகிறார்கள்.

சிற்சில அனுகூலங்களுக்காகவோ, நேர்மையின் அருமையை உணராததனாலோ, நடுநிலையையிலிருந்து வளைந்து கொடுப்பவர்கள் தங்களது கடைசி மூச்சு வரையில் அச்சத்துடனும் குற்ற உணர்வுடனும் காலம் தள்ள வேண்டிய இழிநிலைக்கு ஆட்படுகிறார்கள்.மாறாக, நேர்மையையும் நடுநிலைமையையும் உறுதியுடன் கைக்கொண்டவர்கள், பணிக்காலத்தில் சிற்சில அல்லல்களுக்கு ஆட்பட்டாலும் தமது வாழ்வின் இறுதி நொடியைக்கூட இன்பத்துடன் வாழ்ந்து பின்வருபவர்களுக்கு எடுத்துக் காட்டாய் என்றும் விளங்குகிறார்கள்.

வாழ்வில் துன்பங்களை எதிர்கொள்ள முடியாமல் தன்னிடம் ஆலோசனை கேட்டு வந்தவரின் முன் மூன்று பாத்திரங்களில் நீரை ஊற்றி அதில் உருளைக் கிழங்கு, முட்டை, தேயிலை ஆகியவற்றைத் தனித்தனியே கொதிக்க வைத்தார் அந்தத் துறவி. சிறிது நேரத்திற்குப் பிறகு வேகவைத்த அவற்றைக் காட்டி என்ன விளங்கிற்று என்றார். வந்தவர் திணறியதைக் கண்டு அவரே விளக்கி கூறலானார். கடினமான உருளை இலகுவாகவும்; இலகுவான முட்டை கடினமானதாகவும் மாறியிருந்தது. தேயிலையோ அந்தத் தண்ணீரைச் சுவையானதாகவும் வண்ணமயமாகவும் மாற்றியிருந்தது. மனிதர்களும் இப்படித்தான்; சிக்கல்களைக் கண்டு பலர் உடைந்து போகிறார்கள்; சிலர் உறுதியானவராக மாறுகிறார்கள்; வெகு சிலரே தேயிலையைப் போல அத்தகைய சிக்கல்களைத் தமக்கு சாதகமாக மாற்றி இவ்வுலகிற்கு குறிப்பிடத்தக்க அனுகூலங்களையும் பலன்களையும் தங்களது தடங்களாகப் பதித்துச் செல்கிறார்கள்.

மக்கள் பணியில் சிக்கல்களுக்கு ஒருபோதும் பஞ்சமில்லை. விதவிதமான உருவங்களில் அளவுகளில் தருணங்களில் வந்துகொண்டே இருக்கும். நேர்மையையும் நடுநிலையையும் துணையாகக் கொண்டால், எத்தகைய சிக்கல்கள் நிறைந்த சூழலையும் சுவையானதாகவும் வண்ணமயமானதாகவும் வெற்றிகரமாக மாற்றிவிடலாம்.

மன உறுதியுடன் எச்சார்புமின்றி நேர்மையாக வாழ்பவரின் சொற்களிலும் செயல்களிலும் நீதியும் நியாயமும் நிரம்பி விளங்கும்,

அதுவே நடுவுநிலைமை எனப்படும். பகைவர், அயலோர், நண்பர் உள்ளிட்ட எவரிடத்தும் எவ்வித ஒருதலைச் சார்புமின்றி நீதி காத்தலே நடுவுநிலைமை எனப்படும் உயரிய அறமாகும்.

எந்தப் பக்கமும் சாய்ந்து விடாமல் எப்பொழுதும் சீராக நிறுத்துக் காட்டும் தராசு போல, எந்தவொரு சார்பும் கொள்ளாமல் நடுவுநிலைமையில் உறுதியாக நிற்பதே சான்றோருக்கு அழகாகும். நடுவுநிலையிலிருந்து பிறழத் தூண்டும் எண்ணம் தான் அழிவதற்கான அறிகுறி என்பதை ஒருவர் அறிந்து கொள்ள வேண்டும்.

எந்தக் கருத்தையும் எவர் மூலம் கேட்க நேரிட்டாலும், அதனை அப்படியே ஏற்றுக் கொள்ளாமல் உண்மையை ஆய்ந்து அறிவதுதான் அறிவுடைமையாகும் என்கிறார் வள்ளுவர். மேலும், நேர்மை தவறாத உறுதியும் அடக்க உணர்வும் உடையவரின் வாழ்வு மலையைக் காட்டிலும் உயர்ந்ததாகப் போற்றப்படும் என்கிறார்.

வென்றவர் கதை:

கணிதப் பாடத்திற்கு இடையில் அந்த உடற் கல்வி ஆசிரியர் வகுப்பிற்கு வருகிறார். தன் சட்டைப் பையிலிருந்து ஒரு சிறிய தாளை எடுத்து ஆண் இரண்டு பெண் இரண்டாக நான்கு மாணவர்களின் பெயர்களைப் படித்து நிற்க வைக்கிறார். இடைவேளை நேரத்தில் தனது அறைக்கு வருமாறு அறிவுறுத்தி சென்று விடுகிறார். பிறகு இடைவேளையில் அவர்கள் இலவசப் புத்தகம் மற்றும் நோட்டுகளை வாங்கி வகுப்புக்குத் திரும்புகிறார்கள். இலவசத்தைப் பெற வேண்டிய கூச்சம் ஒருபுறம்; உங்களுக்கு மட்டும் ஏன் இலவசம் என்ற அறியாமையில் வெளிப்படும் கேள்விகள் மறுபுறம். ஒவ்வொரு வருடமும் அந்த நாள் வரும்; தலைதொங்கி நிற்பார்கள்-அந்த நால்வரும்.

சக மாணவர்கள் அவர்கள் குடும்பத்தின் மூலமாகவோ சமூகத்தின் மூலமாகவோ அவர்கள் புரிந்து கொண்டதை வைத்து பரிதாபமாகவோ பரிகாசமாகவோ இந்தக் காட்சியைப் பார்ப்பார்கள். நால்வருக்கும் இது வாடிக்கை. பார்ப்பவர்களுக்கு வெறும் வேடிக்கை. வெளிப்படையாக ஒருவரது சாதி அடையாளம் அவரின் சுற்றத்திற்குத் தெரிந்துவிட்டால்கூட பரவாயில்லை. அதற்குத் தகுந்தாற்போல் ஒளிவுமறைவின்றி வாழ்ந்துவிட்டுப் போய்விடலாம். சாதியைப் பற்றி அக்கறை கொள்ளாதது போல் இருக்கும் சமுதாயம் அவ்வப்போது நம்மை வைத்துக்கொண்டு நாம் சார்ந்த சமுதாயத்தைப் பொதுப்படுத்தி

இழிவாகப் பேசும். எந்த நொடியில் தான் துளியும் பொறுப்பேற்க இயலாததும் பிறப்பின்போதே தன்மேல் சுமத்தப்பட்டதுமான தனது சமூக அடையாளம் வெளிப்பட்டு விடுமோ? அதன்பொருட்டு நண்பர்கள் தம்மிடம் வேறுபாட்டுடன் பழகத் தொடங்கி விடுவார்களோ ? என்ற அச்சம், மிச்சமிருக்கும் வாழ்நாள் முழுதும் தொடர வாழ்வது ஒருவித துர்பாக்கியம்.

இத்தகைய அவமானங்களையும், தர்ம சங்கடங்களையும் விரும்பாமல் சுமந்து கொண்டும் குடிமையியல் பணி கனவை விரும்பி சுமந்து கொண்டும் அருகாமை நகரத்திற்கு இடம் பெயர்ந்தார் அவர். தேர்வைப் பற்றித் தெரிந்து கொள்ள சில வருடங்கள், ஓரளவு புரிந்து கொள்ள சில வருடங்கள், பயிற்சியில் சில வருடங்கள் என்று கடுமையாக உழைத்து ஒருவழியாகத் தனது இலக்கான குடிமைப்பணியை அடைகிறார். இப்பொழுது அவர் தேர்வுக்குத் தயார் செய்பவர்களை சாதி, மத வேறுபாடின்றி தேடிச் சென்று இலவச ஆலோசனை வழங்குகிறார். சரியான வழிகாட்டுதலின்றி அவர்களும் தன்னைப் போல் பல்லாண்டு காலத்தை வீணடிப்பதை முடிந்த அளவு தடுக்க அயராது முயற்சிசெய்கிறார். தாம் எதற்காக ஏங்கினோமோ அதனைத் திகட்ட திகட்ட பிறர்க்கு வழங்குவதே அவரின் தொலைநோக்குத் திட்டம்.

சுருக்கம்:

1. வாழ்நாள் முமையும் ஒருவருக்கு உற்ற தோழமையாய்த் துணையிருப்பது நேர்மையும் நடுநிலைமையுமாகும்.
2. வினையூக்கியைப் போல இருப்பவர்கள் சோதனைகளைத் தாண்டி கரை சேர்கிறார்கள்; மற்றவர்கள் அத்தகைய கடுமையான வேதிவினைகளில் கரைந்து போகிறார்கள்.
3. எந்தக் கருத்தையும் எவர் மூலம் கேட்க நேரிட்டாலும், அதனை அப்படியே ஏற்றுக் கொள்ளாமல் உண்மையை ஆய்ந்து அறிவதுதான் அறிவுடைமையாகும்.

◆

3

கவனம் சிதறாத தீர்மானத்தைக் கொண்டிருங்கள்

அசாதாரணமான மன உறுதி கொண்ட சாதாரண மக்களுக்கு வெற்றி எளிதில் கைகூடுகிறது என்று நான் நம்புகிறேன் – ஜிக் ஜிக்லர்

அறிவாலும் ஆற்றலாலும் முடியாத காரியம் எதுவுமில்லை என்றார் அறிஞர் அண்ணாதுரை. ஆனால் இவை இரண்டிலும் குறைபாடிருந்தாலும்கூட, ஒருவரின் கவனம் சிதறாத தீர்மானம் அவர் வெற்றி பெறுவதற்கான அனைத்தையும் தேடி வந்து சேர்ப்பித்து விடும்.

ஒருநாள் உங்களுக்கு இருசக்கர வாகனம் வாங்கும் எண்ணம் பிறக்கிறது. பின்வரும் நாட்களில் நீங்கள் பார்க்கும் தொலைக்காட்சி நிகழ்ச்சிகளில், செல்லும் இடங்களில், மற்றவர்களுடனான உரையாடல்களில் என்று எங்கு காணினும் கேட்பினும் நீங்கள் வாங்க உத்தேசித் திருக்கும் இருசக்கர வாகனம் உலா வருவதைக் கவனித்திருக்கலாம். இவ்வாறே குடிமையியல் தேர்வில் வெற்றி பெற வேண்டும் என்ற உங்களது கவனம் சிதறாத தீர்மானம் வெற்றி பெறத் தேவையான அனைத்தையும் உங்களிடம் எப்படியாவது சேர்த்துவிடும்.

மீனுக்காகக் காத்திருக்கும் கொக்கிடம் நமக்கான ஒரு பாடம் இருக்கிறது. கொக்கின் கவனம் சிதறாத தீர்மானம் அதனை நேரம் கணக்கிடாமல் கால் கடுக்க ஒற்றைக் காலில் நிற்க வைக்கிறது; அதன் பசியை ஆற்றி இன்பமுடன் பறக்கவும் வைக்கிறது.

உள்நீச்சல் பயிற்சியின்போது தாமரைத் தண்டில் கால் சிக்கி போராடும் ஒருவருக்கு உடனடியாக நீருக்கு மேலே வந்து உயிர் மூச்சை உள்ளிழுப்பதுதான் ஒரே எண்ணமாகவும் குறிக்கோளாகவும் இருக்கும். அவ்வாறே, போட்டித் தேர்வுகளுக்குத் தயாராகுபவர்களுக்கு வெற்றி பெறும் தீவிர எண்ணமே உயிர்மூச்சாய் இருத்தல் வேண்டும். மேலும், தங்களது காதல் வெற்றி பெறுவதற்கு எதனையும் இழக்கத் துணியும்

காதலர்களின் தீவிரத்தை ஒத்த சமரசமற்ற உறுதிப்பாடும் இருத்தல் வேண்டும்.

சீனத் தத்துவவாதி கன்பூசியஸ் கூற்றின்படி ஒரே நேரத்தில் இரண்டு முயல்களைத் துரத்திச் செல்லும் வேடன் வெறுங்கையுடன்தான் திரும்புகிறான். ஒரே நேரத்தில் இரண்டு குதிரைகளின் மேல் பயணிப்பது எந்த அளவு கடினமோ அதைவிட கடினமானது ஒன்றுக்கும் மேற்பட்ட குறிக்கோள்களைத் துரத்திச் செல்வதும் ஆகும். சூரியக் கதிர்களைத் திறம்பட ஒன்றுகுவிக்கும் குவியாடியால்தான் நெருப்பை உருவாக்க முடிகிறது. ஒருவரது குறிக்கோள், நேரம், கவனம், முயற்சி என்று அனைத்தும் ஒன்றுகுவியும்போதுதான் வெற்றி எளிதில் வயப்படுகிறது.

பலம்பொருந்திய பூனையொன்று பலவீனமான எலியைத் துரத்திப் பிடிக்க முயன்று தோற்றது; எவ்வளவு முயன்றும் முடியவில்லை. விளக்கம் கேட்ட சிறுமியிடம் அவளது தாய் பூனையின் உணவுத் தேவைக்கான வேலைப்பாட்டிற்கும், எலியின் உயிர் பிழைக்கும் கட்டாயத்திற்கான உறுதிப்பாட்டிற்கும் இடையேயான வேறுபாட்டை விளக்கினார். இதுதான், தேர்வை வேலைப்பாடாக எண்ணி அனுகுபவர்களுக்கும் உறுதிப்பாடாக எண்ணி உழைப்பவர் களுக்கும் இடையேயான வேறுபாடும்கூட.

ஒருவர் எந்தத் துறையில் ஈடுபட்டாலும் புகழுடன் திகழ வேண்டும்; அவ்வாறு இயலாத நிலையில் அத்துறையில் ஈடுபடாமல் தவிர்ப்பதே சிறந்ததாகும். அத்தகைய அப்புகழை அடைவதற்கு இன்றிமையாததாக இருப்பது மன உறுதியேயாகும்.

வள்ளுவனின் சொல்படி, மற்ற எவற்றையும் விட மன உறுதியே ஒருவருக்கு செயலை செய்து முடிப்பதற்கான உறுதியைத் தரும். செயலாற்றுவதில் மன உறுதி கொண்டவர்தாம் தான் எண்ணிய செயலை எண்ணியபடியே வெற்றிகரமாக முடிப்பர்.

வென்றவர் கதை:

தினசரி நூற்றுக் கணக்கான ரயில்வண்டிகள் வந்து போகும்; ஆயிரக்கணக்கான மக்கள் வந்து செல்வர்; எங்கும் கூட்டம், சத்தம், பரபரப்பு. அமைதியை அங்கு புத்தனே வந்து தேடினாலும் கிடைப்பது சந்தேகமே. ஆனால், நமது கதைமாந்தரான சுமைதூக்கும் தொழிலாளியோ அங்கேதான் நாள்தோறும் வாழ்ந்தாக வேண்டும். பயணிகளின் சுமைகளோடு தனது குடிமையியல் பணிக் கனவுகளையும் சேர்த்தே சுமந்தவர் அவர். தனது கனவுகளைச் சுமக்கும் போதெல்லாம்

தனது தலையிலேற்றிய சுமைகளின் கனம் வெகுவாகக் குறைந்து போவதை உணர்ந்தார்.

இப்படித்தான், புத்தனுக்கும் சவாலான பேரமைதியை அந்த ரயில் நிலைய இரைச்சல்களுக்கிடையே தினசரி கண்டடைந்தார் அவர். ரயில்நிலையமே பணியிடமாகவும் வீடாகவு மாயிற்று; பொதுவாக பகல்முழுதும் சிலநேரம் இரவிலும், தலையில் மூன்று பெட்டிகள் இரு தோள்களிலும் இரண்டு பைகள் என்று சுமந்து, கூட்டத்தை விலக்க 'வழி வழி' என்று சத்தம் எழுப்பியபடியே நடைமேடைகளுக்கும் இருமாடி உயரப் படிக்கட்டுகளுக்குமாக அல்லாட வேண்டும். பெரும்பாலும் செய்த வேலைக்கு பேரம் பேசி கூலி வாங்கும் போராட்டத்தில் இந்த சிரமமெல்லாம் ஒன்றுமேயில்லை என்றாகிவிடும்.

இரவில், ரயில் வரத்து குறைந்த நிலையில், உடன் வேலைபார்க்கும் அவரைப்போன்ற வீடற்ற சிலர் நடைமேடையின் கூட்டம் குறைந்த பகுதிகளில் சற்றே கண்ணயர, இவரது புத்தகங்கள் அப்போதுதான் கண்விழிக்கும். கால்கள் ஓய்வுக்கு ஏங்கித் தோயும் வேளையில் நூல்கள் கால் முளைத்து கரங்களில் சாயும். நாள்முழுதும் சிந்தியது போக மிச்சமிருந்த வேர்வையைத்தான் தனது கனவுவேர்களுக்கு அவர் நீராக ஊற்றினார். எத்தகைய இரைச்சலும் அவர் செவிப்பறையைக் கூடத் தாண்டிய தில்லை; இலக்கின்மேல் கொண்ட கவனம் கேடயமாய் மாறிற்று. வாழ்நாள் முழுதும் கண்ட வலி மனதை எஃகு போல் உறுதியாக்கிற்று. இப்பொழுது, குடிமையியல் பணியில் இணைந்த பிறகும் அவர் தலையில் சுமைகள் இருக்கத்தான் செய்கின்றன. கோடானுகோடி மக்களின் வாழ்வை வளம்பெற செய்யும், அவரே விரும்பி சுமக்கும் சுகமான பணிச்சுமைகள் அவை.

சுருக்கம்:
1. உங்களது கவனம் சிதறாத தீர்மானம் வெற்றி பெறத் தேவையான அனைத்தையும் உங்களிடம் எப்படியாவது சேர்த்துவிடும்.
2. ஒரே நேரத்தில் இரண்டு முயல்களைத் துரத்திச் செல்லும் வேடன் வெறுங்கையுடன்தான் திரும்புகிறான்.
3. ஒருவரது குறிக்கோள், நேரம், கவனம், முயற்சி என்று அனைத்தும் ஒன்றுகுவியும்போது வெற்றி எளிதில் வயப்படுகிறது.

◆

4

விழிப்புணர்வுடன் இருங்கள்

மாற்றத்திற்கு முன்னோடி விழிப்புணர்வாகும் – ராபின் ஷர்மா

போட்டித் தேர்வில் வெற்றி பெறுவதற்கு மட்டுமல்ல, பணிக் காலத்திலும் பொதுவாழ்விலும் ஒருவர் கடைப்பிடிக்க வேண்டிய பண்புகளில் இன்றிமையாத ஒன்று விழிப்புணர்வு.

கடந்த அரை நூற்றாண்டில் இந்த உலகம் கண்டிருக்கும் மாற்றம் அளப்பரியது. உலகத்தோடு ஒட்ட வாழ்வதற்கும் எதிர்கால மாற்றங்களுக்குத் தாக்குப்பிடித்து நிலைப்பதற்கும், மக்கள் பணியில் ஈடுபடுபவர்கள் தம்மை சீரான, நிலைத்த வளர்ச்சியில் ஈடுபடுத்திக் கொள்ள வேண்டும். அதற்கு தம்மைச் சுற்றி அலுவலகம், சமுதாயம், தேசம், உலகம் என்று பல்வேறு வட்டங்களில் நிகழ்பவற்றைப் பற்றிய விழிப்புணர்வு வேண்டும்.

நமது கண் காது மூக்கு வாய் மெய் என்ற ஐம்பொறிகளையும் கூடுதலாக மனதையும் நமக்குத் தேவையானவற்றை உள்வாங்கும் விதத்தில் தயார் நிலையில் வைத்திருப்பதே விழிப்புணர்வாகும். ஆர்வம் கொள்ளுதல், பங்களித்தல், பொறுப்பேற்றல், மேம்படுத்திக் கொள்ளுதல் போன்ற செயல்களின் மூலம் ஒருவர் சுற்றுவட்டத்தின் மீதான தனது விழிப்புணர்வை உயிர்ப்பாய் வைத்திருக்கலாம்.

விழிப்புணர்வு இல்லையேல் புதுப்புது தகவல்கள், தொழில்துட்பங்கள், சமூகப் போக்குகள், சிக்கல்கள், புரிதல்கள் போன்றவற்றை உள்வாங்குவது இயலாது. சிறிது காலம் இந்நிலை தொடர்ந்தால் தனித்தீவு போல் ஆகிவிடுவோம். பின்னர் போட்டித் தேர்வுக்கு தயாராவது எப்படி சாத்தியப்படும்?

ஒரு கதை உண்டு. பத்தாண்டுகள் கல்வி பயின்ற பின்பு ஆசிரியரிடம் விடை பெறச் சென்றார் அந்த மாணவர். அவரின் விழிப்புணர்வை சோதனை செய்ய எண்ணி, உன்னுடைய குடையையும் பாத அணிகளையும் வெளியில் உள்ள பரணில் வைத்து விட்டாய்தானே என்றார் ஆசிரியர். ஆமாம் !அவற்றிற்கான இடங்களில் அவற்றை மிகச்

சரியாக வைத்து விட்டேன் என்ற மாணவரிடம், குடையை பாத அணிகளின் இடப்பக்கம் வைத்தாயா இல்லை வலப்பக்கம் வைத்தாயா என்றார். தான் விடை பெறும் முடிவைக் கைவிட்டு மேலும் பத்தாண்டுகள் படிப்பைத் தொடர்ந்தார் அந்த மாணவர்.

படிப்போ பணியோ, ஈடுபடும் செயலில் முழு ஆர்வமும் அர்ப்பணிப்பும் இருந்தால் விழிப்புணர்வு தானே வரும். வெறும் பார்வையாளராக மட்டுமில்லாமல், பங்களித்தல், பொறுப்பேற்றல் ஆகியவை மூலம் தம்மை ஆர்வத்துடன் ஈடுபடுத்திக் கொள்ளும்போது செயல் சுற்றம் ஆகியவற்றில் ஒருவரின் விழிப்புணர்வு எளிதில் கைகூடும்.

சமூக சிக்கல்களைப் பற்றிய புரிதல்களும் காலத்தின் போக்கில் மாறிவரும் அவற்றின் பரிமாணங்கள் பற்றிய விழிப்புணர்வும் குடிமையியல் பணியில் ஆர்வம் உள்ளவர்களுக்கு இன்றியமையாதவையாகும். முதன்மைத் தேர்விலும் நேர்முகத் தேர்விலும் சமூக சிக்கல்கள்களைப் பற்றிய விழிப்புணர்வு மிக அவசியமாக தேர்வாளர்களால் ஆய்வு செய்யப்படும். மிக முக்கியமாக, ஒவ்வொரு சமூகச் சிக்கல்களுகளுக்கும் ஒருவர் தனது நிலைப்பாட்டைத் தர்க்க ரீதியில் விளக்கும் அளவுக்குத் தெளிவு பெற்றிருத்தல் நலம்.

வள்ளுவரின் வாக்குபடி மெய், வாய், கண், மூக்கு, செவி ஆகிய ஐம்பொறிகளை நெறிப்படுத்தியோரின் தூய வாழ்வைப் பின்பற்றுபவர் நீண்ட புகழுடன் வாழ்வர். இது குடிமையியில் பணிக்கான தேர்வில் ஆர்வம் உள்ளவர்களுக்கு மிகவும் பொருத்தமாகும்.

வென்றவர் கதை:

அவரது பத்தாம் வயது வரை வாழ்க்கை மகிழ்ச்சியாகத்தான் சென்று கொண்டிருந்தது. வறுமை இருந்தாலும் பெற்றோர் விவசாய வேலை, கட்டிட வேலை என்று ஏதாவது செய்து அவரையும் அவரது தம்பியையும் ஓரளவு நன்றாகத்தான் பார்த்துக் கொண்டார்கள். வேலைக்கு போன இடத்தில் நடந்த ஒரு கோர விபத்தில் பெற்றோர் தவறி விட, அக்காவுக்கும் தம்பிக்கும் பாட்டியே அடைக்கலம் என்றாயிற்று. தனது தள்ளாத வயதில் அக்கம்பக்கங்களில் கிடைத்த சிறு வீட்டு வேலைகளைச் செய்து இருவரையும் பேணிவந்தார். ஒருவேளையாவது வயிறார உண்ணட்டுமே என்று பள்ளிக்குக் கட்டாயமாக அனுப்பி வைத்தார்.

நீரில் தத்தளிக்கும் எறும்பு மிதக்கும் இலையைப் பற்றியது போல், படர எத்தனிக்கும் கொடி கொம்பைப் பற்றியதுபோல் பெற்றோரை இழந்த இவர் கல்வியை இறுகப் பற்றிக் கொள்கிறார். தேவையான புத்தகங்கள், சீருடை, உணவு, கட்டணம் போன்றவற்றை அரசாங்கம்

பார்த்துக் கொள்ள, படிப்பது மட்டுமே தன்னுடைய எளிதான பணி என்பதை உணர்கிறார். பள்ளி மேற்படிப்பு அரசுப் பள்ளியாலும், கட்டணமில்லா மிதிவண்டி, பேருந்துப் பயணம் மூலமும் சாத்தியமாகிறது. கல்லூரியில் முதல் தலைமுறைப் பட்டதாரி என்பதால் கட்டணம் விலக்கப்படுகிறது. உள்ளுவது எல்லாம் உயர்உள்ளல் என்பது அவர் காதுகளில் எப்போதும் ஒலித்துக் கொண்டே இருந்த குறளொலி. கல்லூரியில் இயங்கி வந்த போட்டித் தேர்வுகளுக்கான இலவச ஆலோசனை மையம் அவருள் குடிமைப்பணி தேர்வுக்கான விதையை இடுகிறது.

சென்னையிலுள்ள அரசுப் போட்டித் தேர்வுகள் பயிற்சி மையத்தில் கட்டணமின்றி ஆலோசனையும் பயிற்சியும் பெறுகிறார். முதல் முயற்சியில் முதன்மைத் தேர்வு வரை சென்றவர், இரண்டாவது முயற்சியில் இந்திய வருவாய்ப் பணிக்குத் தேர்வாகிறார். ஆனாலும் விடாமுயற்சியினால் மூன்றாவது முயற்சியில் தனது இலக்கான இந்திய ஆட்சிப் பணியில் இணைகிறார்; அதுவும் தனது சொந்த மாநிலத்திலேயே. ஒரு நேர்காணலில், சிறுவயதிலேயே பெற்றோரை இழந்தும் இவ்வளவு தூரம் முன்னேறிய சவாலான பயணத்தைப் பற்றிக் கேட்கப்பட, எனது பெற்றோரின் அன்புக்கு நான் இப்போதும் ஏங்குவது உண்மைதான். ஆனாலும், பெற்றோரின் இடத்திலிருந்து எனக்கு எல்லாவற்றையும் கண்ணும் கருத்துமாக செய்து என்னை ஆளாக்கிய அரசின் தொலைநோக்குப் பார்வைக்கும் சமூகநலத் திட்டங்களுக்கும் என்றென்றும் நன்றிக்கடன் பட்டுள்ளேன்; எனக்கு எனது தேசம் வழங்கிய இத்தகைய உரிமைகளைப் பிறருக்கும் இடையூறின்றி சரிவர கிடைக்கச் செய்வதே எனது வாழ்வின் குறிக்கோள் என்றார்.

சுருக்கம்:

1. ஐம்பொறிகளையும்கூடுதலாகமனதையும்தேவையானவற்றை உள்வாங்கும் விதத்தில் தயார் நிலையில் வைத்திருப்பதே விழிப்புணர்வாகும்.
2. ஆர்வம் கொள்ளுதல், பங்களித்தல், பொறுப்பேற்றல், மேம்படுத்திக் கொள்ளுதல் போன்றவை விழிப்புணர்வை உயிர்ப்பாய் வைத்திருக்க உதவும்.
3. சமூக சிக்கல்ககளைப் பற்றிய புரிதல்களும் காலத்தின் போக்கில் மாறிவரும் அவற்றின் பரிமாணங்களைப் பற்றிய விழிப்புணர்வும் இன்றியமையாததவையாகும்.

◆

5

புதிய முறையில் அணுகுங்கள்

சிரமம் புதிய கருத்துக்களில் இல்லை, பழைய கருத்துக்களிலிருந்து மாற்றி யோசிப்பதில்தான் உள்ளது – ஜான் மேனார்ட் கெய்ன்ஸ்

உலகமெங்கும் அனுதினமும் நிகழ்ந்து கொண்டிருக்கும் எண்ணிலடங்கா அறிவியல் கண்டுபிடிப்புகளின் மூலாதாரமே மாற்றி யோசிப்பதில்தான் உள்ளது. ஒரே மாதிரி யோசித்திருந்தாலோ, யோசித்த அதே முறையில் தொடர்ந்திருந்தாலோ உலகம் எங்கேயோ எப்போதோ தேங்கி நின்றிருந்திருக்கும்.

மாற்றி யோசிப்பதற்கு முதலில் மனம் பரந்தும் பக்குவமானதாகவும் இருக்க வேண்டும். அறிவியல் கண்டுபிடிப்புகளின் வழி பழைய தவறான நம்பிக்கைகளையோ அப்பட்டமான மூட நம்பிக்கைகளையோ புறந்தள்ள இந்தப் பரந்த, பக்குவமான மனது துணை செய்யும். இவ்வாறு மனதின் குப்பைகளைக் களைவதோடு புதிய அறிவார்ந்த செய்திகளையும் கருத்துகளையும் உள்வாங்கிக் கொள்ள மனதைத் தயார் நிலையில் வைத்திருக்க வேண்டும்.

அறிவுரை கேட்டு தன்னிடம் வந்தவரை அமரச் செய்து அவருக்குத் தேநீர் வரவழைத்தார் அந்தத் துறவி. ஏற்கெனவே நிரம்பியிருந்த விருந்தினரின் கோப்பையில் மேலும் தேநீரை ஊற்றி வழிய விட்டார். போதும்! போதும்! ஊற்றாதீர்கள்; இதற்கு மேல் கோப்பை கொள்ளாது என்றவரிடம், இந்தக் கோப்பையைப் போலத்தான் உங்களது மனதும் அனேக தேவையற்ற கருத்துகளால் நிரம்பியுள்ளது; முதலில் உங்களது கோப்பையை வெறுமையாக்குங்கள், அப்பொழுதுதான் நான் கூறும் நல்ல கருத்துகளை உங்கள் மனதால் ஏற்றுக் கொள்ள முடியும் என்றார் அந்தத் துறவி.

மாறி வரும் சமூகச் சூழலில் பெரும்பாலான சமூக சிக்கல்களுக்குத் தொழில்நுட்பத்தின் மூலம் தீர்வை முயற்சி செய்யலாம். ஆனால் அதற்கு அறிவியல் தொழில்நுட்ப அறிவைத் தாண்டி புதிய தீர்வுகளை வரவேற்று முயன்று பார்க்கும் துணிவும் பரந்த, பக்குவமான மனதும் வேண்டும்.

முதன்மைத் தேர்விலும் நேர்முகத் தேர்விலும் மாற்றி யோசிப்பது என்ற பண்பு ஒருவருக்கு உறுதியாக கூடுதல் அனுகூலங்களைப் பெற்றுத் தரும் என்பதில் எள்ளளவும் ஐயமில்லை. கேள்விகளைப் புரிந்து கொள்வது தொடங்கி அவற்றிற்கு விடையளிக்கும் முறையிலும் இந்த மாற்றி யோசிக்கும் பண்பு பயன்தரும்.

பணிக்காலத்தில் எதிர்கொள்ளும் எண்ணற்ற சிக்கல்களுக்கு மாற்றி யோசித்தல் என்ற உத்தியினால் மிக விரைவாகவும் எளிதாகவும் பொருத்தமான தீர்வைக் கண்டடையலாம் என்பது கண்கூடு. அதுவும் இந்தியா போன்ற பன்முகத்தன்மையை அடையாளமாகக் கொண்டிருக்கும் தேசத்தில் சிக்கல்களுக்கும் குறைவில்லை; மாற்றி யோசித்தால் அவற்றிற்கான தீர்வுகளுக்கும் குறைவில்லை. தேவை முயன்று பார்க்கும் துணிவும், பரந்த பக்குவமான மனதும் மட்டுமே.

வென்றவர் கதை:

பள்ளிக் கல்வியை முழுவதுமாக தாய்மொழியிலேயே கற்கும் கொடுப்பினை இக்காலத்தில் அனைவருக்கும் வாய்ப்பதில்லை. ஆனால், அவருக்கு வாய்த்தது. பாடங்களை தாய்மொழியில் படித்து அதே மொழியில் புரிந்து உள்வாங்கிக் கொள்வது மிகவும் எளிதாகவும் இனிதாகவும் இருந்தது. நல்ல மதிப்பெண்களுடன் பள்ளியை முடித்து கல்லூரியிலும் தாய்மொழியில் கற்று இளங்கலைப் பட்டம் பெறுகிறார். குடிமையியல் தேர்வை தாய்மொழியில் எழுத முற்படுகிறபோது அவருக்கான சவால்கள் காத்திருக்கின்றன. வறுமையினால் உயர் கல்வியை எட்டமுடியாத அவரது பெற்றோர்கள் அவருக்கு உறுதுணையாய் இருக்கிறார்கள்.

சுற்றத்தாரின் அவநம்பிக்கையான கருத்துகள் அவருக்கு சோர்வைத் தரவில்லை; மாறாக, மன எழுச்சியைத்தான் ஏற்படுத்துகின்றன. நகரத்திற்கு இடம்பெயர்தல், புத்தகங்கள் முழுவதுமாக தாய்மொழியில் கிடைக்காதது, மிகச்சிலரே தன்னைப் போன்று தாய்மொழியில் தேர்வெழுதத் துணிவது போன்றவை மூலம்

தான் சந்தித்த சவால்களைத் திறம்பட சமாளித்து தனது குறிக்கோளில் வெற்றி பெறுகிறார். இன்று தன்னைப்போல தாய்மொழியில் தேர்வெழுத முயற்செய்பவர்களுக்கு முன்மாதிரியாகவும் முடிந்தவரை ஆலோசனைகளை வழங்கியும் உதவுகிறார்.

சுருக்கம்:

1. *ஒரே மாதிரி யோசித்திருந்தாலோ, யோசித்த அதே முறையில் தொடர்ந்திருந்தாலோ உலகம் எங்கேயோ, எப்போதோ தேங்கி நின்றிருந்திருக்கும்.*
2. *முதன்மைத் தேர்விலும் நேர்முகத் தேர்விலும் மாற்றி யோசிப்பது என்ற பண்பு ஒருவருக்கு உறுதியாக கூடுதல் அனுகூலங்களைப் பெற்றுத் தரும்*
3. *பணிக்காலத்தில் எதிர்கொள்ளும் எண்ணற்ற சிக்கல்களுக்கு மாற்றி யோசித்தல் என்ற உத்தியினால் மிக விரைவாகவும் எளிதாகவும் பொருத்தமான தீர்வைக் கண்டடையலாம்.*

◆

6

தீயவற்றைத் தூர எறியுங்கள்

சந்தேகமின்றி மனிதர்களுடைய மிகவும் பொதுவான பலவீனம், மற்றவர்களின் எதிர்மறை செல்வாக்கிற்கு தங்கள் மனதைத் திறந்து வைக்கும் பழக்கமே ஆகும் – நெப்போலியன் ஹில்

நன்மை தீமைகளை ஆய்ந்தறியும் பகுத்தறிவு மனிதர் அனைவருக்கும் பொதுவாக வாய்த்திருக்கும் என்றாலும், நன்மைகளைத் தேடித் தேர்வதற்கும் தீமைகளை மனோதிடத்துடன் தவிர்ப்பதற்குமான திறமை அவரவரின் சூழல், அறிவு, பக்குவம் போன்றவற்றைப் பொருத்தது.

எப்படி தவிர்ப்பது? அனைவருக்கும் பொதுவாய் அமைந்த 24 மணி நேரத்தை பெரும்பாலும் ஆக்கபூர்வமான செயல்களில் செலவிட்டால், தீய செயல்களுக்கான நேரம் தானாகவே இல்லாது போய்விடும். தீமைகளை ஒவ்வொன்றாய் இனங்கண்டு வேரோடு அழிப்பது இரண்டாவது வழியாகும்.

மூன்றாவதாக ஒரு வழி உண்டு. அது தீமையில் நன்மையை சிறுகச்சிறுக கூட்டி முழுதும் நன்மையாய் மாற்றுவது. எப்படி செய்வது? எந்தச் செயல்களிலும் நன்மை, தீமை கலந்தே இருக்கும்; அவற்றின் விகிதத்தைக் கொண்டே அவை நன்மை, தீமை என்று அடையாளப்படுத்தப்படுகின்றன. ஆகையால் நன்மை விகிதத்தை படிப்படியாக அதிகரித்து வந்தால் ஒரு கட்டத்தில் தீமை விகிதம் சுருங்கி அந்தச் செயல் முழுவதுமாக நன்மையானதாக மாறி விடும். எடுத்துக்காட்டாக, அதிகமாக செல்போன் உபயோகிப்பவராய் இருந்தால், எப்பொழுதெல்லாம் செல்போனை கையில் எடுக்கிறேனோ அப்பொழுது நடைபயிற்சியும் மேற்கொள்வேன் என்று முடிவு கொள்ள வேண்டும். அதிகமாக புலால் உண்பவராக இருந்தால், எப்பொழுதெல்லாம் புலால் உணவு உண்கிறேனோ அப்பொழுதெல்லாம் காய்கறியையும் சேர்த்தே உண்பேன் என்று உறுதி கொள்ளலாம்.

படிப்படியாக, காய்கறி விகிதத்தை அதிகப்படுத்தி புலால் விகிதத்தைக் குறைத்து விடலாம்.

தீமையைத் தவிர்க்கா விட்டால் என்ன ஆகும் ? ஒருவர் இவ்வாறான போட்டித் தேர்வுகளில் வெற்றியை எட்ட முடியாதது மட்டுமின்றி, அவரின் பொதுவாழ்விலும் அவருக்கும் அவரது சுற்றத்தாருக்கும் தீங்கு இழைத்திடும் ஆளுமையாய் மாறிவிடக் கூடிய மிகப்பெரிய அபாயம் உண்டு.

தீயவர்களும் தீய அறிவுரைகளும் ஆற்றின் சுழல் போல மிகுந்த ஆபத்தானவை. அதனுள் சிக்கியவர் கரை சேர்வது கடினமாகும். அதனால், முடிந்தவரை அருகில் செல்லாமல் விலகி நிற்பதே மிகுந்த அனுகூலத்தைத் தரும்.

தீமைச் சுழல் வெவ்வேறு உருவங்களில் வரும். முதலாவதாக, உங்கள் அடிப்படை விருப்பமே தவறு என்பது போலவும் ஒரு சிலரால் மட்டுமே இதில் வெற்றியடைய முடியும் என்பது போலவும் எச்சரிக்கப்படும். அடுத்ததாக, உங்களது கவனத்தைத் திசைதிருப்பும் விதமாக சமூகம் உறவினர் நண்பர்கள் அலுவலக சகாக்கள் மூலம் உங்களுக்கு தொடர்பில்லாத உங்களால் ஒருபோதும் தீர்க்க முடியாத சிக்கல்கள் உங்கள் கவனத்திற்கு வந்து சேரும். மேலும் உங்கள் தொடர் முயற்சியைச் சீர்குலைக்கும் விதமாக வீண்பேச்சு, கேளிக்கை முதலான தீய பழக்கங்கள் உங்களது விலைமதிப்பற்ற நேரத்தைப் பங்குபோடத் துடிக்கும். எந்த வேடம் பூண்டு வந்திடினும் தீமை தீமையை மட்டுமே ஏற்படுத்தும். உங்கள் முயற்சி வெற்றி பெற எச்சரிக்கையும் மன உறுதியுமே கைகொடுக்கும்.

அதே சமயத்தில், ஆரம்பக் கட்டத் தயாரிப்புப் பருவத்தில் ஏற்படும் தற்காலிக மறதிகள், புரியாத பாடங்களை சரியாக விளங்கிக் கொள்வதில் ஏற்படும் சிரமங்கள், மனதையும் உடலையும் ஒன்றிணைத்து தொடர்ச்சியாகப் படிப்பதில் சந்திக்கும் சவால்கள், தேர்விற்கான தயாரிப்பு, குடும்பம், கல்லூரி அல்லது உத்தியோகம் ஆகியவற்றைத் திறம்படக் கையாள்வதில் சந்திக்கும் நடைமுறைச் சிக்கல்கள், ஆகியவற்றைத் தீயவையாக எண்ணி குழம்பிக்கொள்ளக் கூடாது. அவற்றைத் தவிர்க்க இயலாத சவால்கள் மட்டுமே, கண்டிப்பாக சமாளித்துத்தான் ஆகவேண்டும்.

கடும்பசியுடன் தீவிரமாய் உணவுத் தேடலில் அலைந்து கொண்டிருந்த நரியின் காதுகளில் வந்து சேர்ந்தது அந்தப் பறையொலி. அதை மனிதர் நடமாட்டமாகவும் ஆபத்தின் அறிகுறியாகவும் எண்ணி

உணவுத் தேடலைக் கைவிட்டு வந்தவழியில் திரும்ப எத்தனித்தது நரி. முழுமையாக ஆய்ந்தறியாமல் முடிவெடுப்பது மடமை என்பதை சட்டென உணர்ந்து, பறையொலி வந்த இடத்தை நெருங்கிப் பார்க்கத் துணிந்தது. பதுங்கி பதுங்கி ஒருவழியாய் பறையைக் கண்டுபிடித்த நரிக்கு வியப்பு காத்திருந்தது. மரத்தின் கிளை உரசியதால் இவ்வளவு நேரமாய் ஒலி எழுப்பிக் கொண்டிருந்த அந்தப் பறைக்கு அருகில் நரி நாள் முழுதும் தேடி அலைந்து கொண்டிருந்த உணவு ஏராளமாய்க் குவிந்திருந்தது. நரி பெருமகிழ்ச்சியில் தின்று தீர்த்தது. இங்கு பறையொலி தீமை போல் தோற்றம் தந்து சவாலை ஏற்படுத்தினாலும் நரியின் ஆய்ந்தறியும் பகுத்தறிவு அதற்கு உணவளித்து உயிரைக் காத்தது.

இவ்வுலகம் ஐம்புலன்களை அடக்கி ஆள்பவர் அறிவின் வசப்பட்டது என்ற வள்ளுவன் சொல்படி, தீமைகளை எச்சரிக்கையுடன் இனம்கண்டு விலக்கி வைத்தல் வேண்டும். ஒருவர் தனது ஐம்புலன்களையும் குறிக்கோளை அடைவதற்காக மட்டுமே செம்மையான முறையில் பயன்படுத்துதல் வேண்டும்.

வென்றவர் கதை:

அந்தப் பெண் ஒரு கீழ் நடுத்தர வர்க்கக் குடும்பத்தில் பிறந்தவர். தந்தை அரசுப் பணியில். பொறியியல் படிப்பில் நல்ல மதிப்பெண்களுடன் தேறியாகிவிட்டது. ஏதோ வேலைக்குச் செல்வதை விட குடிமைப்பணியில் இணைவது சிறுவயதிலிருந்தே ஆசை. எவ்வளவு தடுத்தும் திருமண ஏற்பாடுகளை பெற்றோர் கடமையாகச் செய்து கொண்டிருந்தனர். திருமணத்திற்குப் பிறகு குடிமைப்பணி தேர்வுக்குப் படிப்பேன் என்ற ஒற்றை நிபந்தனையுடன் திருமணத்திற்குச் சம்மதிக்கிறார். ஆனால், அவரது கணவர் மற்றும் அவரது குடும்பத்தினர் நடந்து கொண்ட தன்மையில் மணவாழ்வு தோல்வியில் முடிகிறது. எப்படி இந்த ஊரில் நிம்மதியாய் வாழ்கிறாய் என்று பார்க்கிறேன் என்று சவாலுடன் அனுப்பிவைக்கிறார் கணவர். மீண்டு வரும் இடைவெளியில் வருடங்கள் உருண்டோடுகின்றன. மறுமணத்திற்கான பெற்றோரின் ஏற்பாடுகளும் தோல்வியில் முடிகின்றன.

இந்த இக்கட்டான சூழ்நிலையில் அவருக்குத் துணைநின்றது அவரது பெற்றோரும் சிறுவயதிலிருந்தே சுமந்து வந்த குடிமைப்பணி ஆசையும்தான். சமூகத்தின் பார்வைகளும் கேள்விகளும் குறிக்கோளின் மீதான அவரது பிடியை மேலும் உறுதியாக்குகின்றன. கல்வியை இறுகப் பற்றுகிறார். முதலில் மனதைத் திசைதிருப்ப படிக்கத் தொடங்கி, பிறகு அதிலொரு விவரிக்க முடியாத மகிழ்ச்சியை

தா.முருகராஜ்

உணர்கிறார். தேர்வுக்கான தயாரிப்பு தீவிரமாக, முதலில் மாநில அரசுப் போட்டித் தேர்வில் வெற்றி பெற்று பணியில் அமர்கிறார். ஆனாலும், இறுதி இலக்கில் கவனம் சிதறாமல் அடுத்த ஆண்டிலேயே குடிமைப்பணியில் வெற்றி பெற்று சொந்த மாநிலத்திலேயே IPS பணியில் இணைகிறார். இப்பொழுது இதே ஊரில் தலைநிமிர்ந்து நிம்மதியாகத்தான் அவர் வாழ்கிறார். சவால்விட்ட அவரது முன்னாள் கணவரும் அவரது குடும்பமும்தான் மாவட்ட காவல்கண்காணிப்பாளர் அலுவலகத்தை கடக்கையிலோ அவரது வாகனத்தைக் கண்டாலோ பதுங்கி, பம்மி வாழ்வதாக ஊரில் பேசிக்கொள்கிறார்கள்.

சுருக்கம்:

1. தீயவழி நடக்கும் ஒருவர் தனக்கும் தனது சுற்றத்தாருக்கும் பொதுவாழ்விலும் தீங்கு இழைத்திடும் ஆளுமையாய் மாறிவிடும் அபாயம் உண்டு.

2. எந்த வேடம் பூண்டு வந்திடினும் தீமை தீமையை மட்டுமே ஏற்படுத்தும்; வெற்றியை அடைய எச்சரிக்கையும் மன உறுதியுமே கைகொடுக்கும்.

3. வாழ்வின் தவிர்க்க இயலாத சவால்களை தீயவையாக எண்ணிக் குழம்பிக்கொள்ளக் கூடாது; கண்டிப்பாக சமாளித்துத்தான் ஆகவேண்டும்.

◆

7

சமரசமில்லா ஒழுக்கத்தைப் பேணுங்கள்

நேர்மையாக இருப்பது ஒருவருக்கு அநேக நண்பர்களைப் பெற்றுத்தராமல் போகலாம், ஆனால் அது எப்போதும் ஒருவருக்கு சரியான நண்பர்களைப் பெற்றுத் தரும் – ஜான் லெனான்

ஒழுக்கம் என்பது எதிலும் நேர்மையைக் கடைப்பிடிப்பதுதான். தமக்கு நேர்மையாக இருப்பது சுய ஒழுக்கம்; சமூகத்திற்கு நேர்மையாக இருப்பது சமூக ஒழுக்கம்.

நேர்மையையும் ஒழுக்கத்தையும் ஒருவர் மக்கள் பணியில் கடைப்பிடித்து வாழ்வது சவாலானதுதான்; ஆனால் அதுதான் அத்தியாவசியமானதும் அறத்தின் வழியில் மிகவும் சரியானதுமாகும்.

மகாத்மா காந்தி பள்ளிச் சிறுவனாக இருந்தபோது நடந்த ஒரு சம்பவத்தை நம்மில் பலபேர் அறிந்திருப்போம். பள்ளிக்கு மாணவர்களின் கற்றல் திறனை ஆய்வு செய்ய வந்திருந்தார் ஒரு உயர் கல்வி அலுவலர். மாணவர்களுக்கு ஒரு குறுந்தேர்வு நடத்தப்படுகிறது. சில வினாக்களுக்கு விடை தெரியாமல் சிறுவன் காந்தி திணறுகிறார். அதைக் கண்ட அவரது வகுப்பாசிரியர் அருகில் இருந்த மாணவனின் விடைத்தாளைப் பார்த்து விடை எழுதுமாறு காந்திக்கு யோசனை சொல்கிறார். சிறுவயதிலேயே ஒழுக்கத்தையும் நேர்மையையும் கடைப்பிடித்த காந்தி ஆசிரியரின் யோசனையை மறுத்து விடுகிறார். இவ்வாறு குறுந்தேர்வில் தோற்றாலும் தனது ஒப்பற்ற ஒழுக்கத்தின் காரணமாக பின்னாளில் மகாத்மாவாக உருவெடுக்கிறார் காந்தி.

ஒழுக்கமின்மையும் நேர்மையின்மையும் தற்காலிக வெற்றி களையும் அனுகூலங்களையும் பெற்றுத் தரலாம்; ஆனால் அவை ஒருவரை வாழ்வின் அதலபாதாளத்திற்குக் கொண்டு சேர்த்து விடும். மேலும், தெரிந்தே தவறிழைக்கும்போது அது ஏற்படுத்தும் குற்ற உணர்வை எத்தகைய மகிழ்ச்சியைக் கொண்டு கழுவினாலும் நீக்க முடியாது.

தா.முருகராஜ் | 39

மெய், வாய், கண், மூக்கு, செவி ஆகிய ஐம்பொறிகளையும் மனதையும் நெறிப்படுத்துவதன் மூலம் ஒழுக்கத்தை ஒருவர் எளிதில் கைக்கொள்ளலாம். மனிதர்க்கு ஒழுக்கம் உயர்வைத் தருவதால், அது உயிரை விட மேலானதாகப் போற்றப்படுகிறது என்கிறார் வள்ளுவர். ஒழுக்கம் உடையவர் உயர் பிறப்பினராய்க் கருதப்படுவர்; மாறாக, ஒழுக்கம் தவறுபவர் எவராயிருந்தாலும் இழிந்த பிறப்பினராய்க் கருதப்படுவர் என்றும் கூறுகிறார்.

மேலும், புகழோடு கூடிய பெருமையான வாழ்வை விரும்புபவர் தன்மானத்திற்கு புறம்பான செயல்களைச் செய்ய ஒருபோதும் துணிய மாட்டார்கள். அவர்கள் தமக்கு ஏற்படும் பழிக்கு மட்டுமன்றி பிறர்க்கு ஏற்படும் பழிக்காகவும் நாணுவார்கள் என்கிறார்.பின்னர் நினைத்து வருந்துவதற்குரிய எந்தச் செயலையும் ஒருவர் செய்யவே கூடாது; ஒருவேளை தவறி செய்தாலும் ஒருபோதும் அதனை மீண்டும் செய்யக் கூடாது என்றும் அறிவுறுத்துகிறார்

வென்றவர் கதை:

அங்கு நல்லது கெட்டது என்று எல்லாமும் நிறைந்து இருக்கும்; நமக்கு தேவையானவற்றை நாம்தான் தேர்ந்தாக வேண்டும்; ஆக, அதுதான் இருப்பதிலேயே கடினமான காரியம். மிகப்பெரும் பாலானோர் எளிதாக உணர்ச்சிவயப் படுதலும், அதனால் வழிதவறி நடத்தலும் மிகச்சாதாரணம். நல்லவை ஊர்சுற்றி வந்து சேர்வதற்குள் தீயவை குறுக்கு வழியில் வந்து தலையில் அமர்ந்தே விடும். இத்தகையான ஆபத்தான சூழலில், வறுமையும், பெற்றோரின்றி வளர்தல் என்ற அவலமும் சேர்ந்து கூடுதல் சவாலைத் தந்தன அவருக்கு. சிறிது காலம் பாதை தவறித்தான் சென்றுவிட்டார். திரும்பிப் பார்க்கையில் ஏகப்பட்ட இழப்பு. குறைந்தபட்சம் நின்று நிதானமாக தான் கடந்து வந்த பாதையை திரும்பிப் பார்த்த அந்நேரம்தான் அவரது வாழ்வின் போக்கைப் புரட்டிப் போட்ட பொன் நேரம். தறிகெட்டுப் பறந்த அந்தப் பட்டத்தின் நூலைக் கட்டுக்குள் கொண்டு வரும் கரமாக அவர் வாழ்வில் வந்தது அந்த நட்பு.

கவ்வியிருந்த தூண்டில் முள்ளை விட்டு லாவகமாகத் தப்பித்த மீனைப்போல் தனது பாதையை நல்வழியில் மாற்றிக் கொண்டார். பாதியில் விட்ட படிப்பு தொடரலாயிற்று. மிக உயரிய இலக்கையும் தேர்ந்தாயிற்று; பயணத்தின் தொலைவும் தூரம் என்பது புரிந்தாயிற்று. நண்பர்களாகச் சேர்ந்து நடக்கும்போது தூரம் தெரிவதில்லை. இணைந்த கைகள் இயைந்து சுமக்கும் போது பாரமும் தெரிவதில்லை.

கண்பார்வைக்கான கவசம் போட்ட குதிரையைப் போல எந்தவிதத் தீமைக்கும் தங்களது கவனத்தைச் சிதறவிடாமல் நேர்கொண்ட பார்வையில் இலக்கை நோக்கி இருந்தது அவர்களது ஓட்டம். இலக்கும் போக்கும் தெளிவாகிவிட்ட பிறகு நடப்பவை நாம் அறிந்தவையே. தீயவற்றைத் தயங்காமல் தூர எறிந்துவிட்டு கவனம் சிதறாத தீர்மானத்தைக் கொண்டு முன்னேறியதே இவர்களின் வெற்றிச் சூத்திரம்.

சுருக்கம்:

1. நேர்மையையும் ஒழுக்கத்தையும் கடைப்பிடித்து வாழ்வது சவாலானதாக இருந்தாலும், அதுதான் அத்தியாவசியமானதும் அறத்தின் வழியில் மிகவும் சரியானதுமாகும்.

2. ஒழுக்கமின்மையும் நேர்மையின்மையும் தற்காலிக வெற்றிகளையும் அனுகூலங்களையும் பெற்றுத் தரலாம்; ஆனால் அவை ஏற்படுத்தும் குற்ற உணர்வை எத்தகைய மகிழ்ச்சியைக் கொண்டு கழுவினாலும் நீக்க முடியாது.

3. மெய், வாய், கண், மூக்கு, செவி ஆகிய ஐம்பொறிகளையும் மனதையும் நெறிப்படுத்துவதன் மூலம் ஒழுக்கத்தை ஒருவர் எளிதில் கைக்கொள்ளலாம்.

◆

8

அச்சமின்றி நம்பிக்கையுடன் இருங்கள்

சாதனை படைப்பதற்கு நன்னம்பிக்கை மிகவும் அவசியமாகும்; மேலும் அது மனோதிடம் மற்றும் உண்மையான முன்னேற்றத்திற்கான அடித்தளமுமாகும் – நிக்கோலஸ் எம். பட்லர்

போட்டி உங்களுக்கும் தேர்வு எழுதும் மற்றவர்களுக்கு மானதல்ல; உங்களுக்கும் உங்களுக்குமானது மட்டுமே. உங்கள் குறைகளை நீக்கி நீங்கள் முழு விருப்பத்துடன் உழைக்கும்பொழுது வெற்றி எளிதில் சாத்தியமாகிறது. உங்கள் மீது நீங்கள் முழுமையான நம்பிக்கை வைக்கும்போது தேவையற்ற பயம் தானாகவே நீங்கி விடுகிறது.

பெரும் எண்ணிக்கையிலானவர்களுடன் தேர்வு எழுதுவதைப் பற்றிக் கவலை தேவையில்லை; ஏனெனில், தேர்வுக்கு விண்ணப் பித்தவர்கள் அனைவருமே வெற்றிக்குத் தகுதியானவர்கள் அல்லர். அவர்களில் பாதிபேர்தான் முதல்நிலைத் தேர்வை எழுதவே வருகிறார்கள். தங்களின் தீவிர முயற்சி மற்றும் செம்மையான தயாரிப்பு ஆகியவற்றின் மூலம் வெற்றிக் கோட்டைத் தாண்டுபவர்கள் மிகச்சிலரே. உங்களது தயாரிப்பில் உறுதியான நம்பிக்கை உங்களுக்கு இருக்கும்வரை அச்சத்திற்கோ அவநம்பிக்கைக்கோ துளிகூட இடம்தரலாகாது. நீங்கள் மிகச்சரியான பாதையில் மிகத்துல்லியமான திசையில் மிகச் செம்மையான தயாரிப்பின் மூலம் மிக உத்திரவாதமான முன்னேற்றத்தைப் படிப்படியாக அடைந்து கொண்டிருக்கிறீர்கள் என்ற உண்மை உங்களுக்கு அசாத்தியமான நம்பிக்கையை மட்டுமே தரவல்லது. ஆகவே, அச்சத்திற்கு அணுவளவும் அங்கே இடமில்லை.

பயமில்லையேல் தேவையற்ற கவலைகளும் தவறுகளும் தவிர்க்கப்படுகின்றன. உங்களுடைய முழுக் கவனத்தையும் சக்தியையும் குறிக்கோளை நோக்கிக் குவிப்பது எளிதாகிறது. இவ்வாறு குவிக்கப்பட்ட கவனமும் சக்தியும் வெற்றியாக மாற்றம் பெறுவது எவராலும் தவிர்க்க முடியாததாகும்.

சுவையான வெளிர்சிவப்பு ஆப்பிள் மரங்கள் நிறைந்த அந்தக் காட்டில் வாழ்ந்து வந்த குரங்கும் பக்கத்துத் தீவில் இருந்து இரைதேடி வந்த முதலையும் நண்பர்களாயின. முதலைக்குக் குரங்கு தினமும் சில ஆப்பிள்களைக் கொடுப்பது வழக்கம். அவற்றை வீட்டிற்கு எடுத்துச் சென்று தனது மனைவியுடன் சேர்ந்து சாப்பிடும் முதலை. குரங்கும் முதலையும் நண்பர்கள் என்பதை நம்ப மறுத்து கணவனின் நடத்தையில் சந்தேகம் கொண்டது மனைவி முதலை; குரங்கைக் கொல்லவும் துணிந்தது. ஒருநாள் தனக்கு உடல்நிலை சரியில்லை எனவும் குரங்கின் இதயத்தை உண்டால் குணமாகுமென மருத்துவர் அறிவுறுத்தியதாகவும் கணவனிடம்கூற, தனது குரங்கு நண்பனை கொல்லத் திட்டம் போட்டது கணவன் முதலை. உடல்நிலை சரியில்லாத தனது மனைவியைக் காண குரங்கை தனது வீட்டிற்கு அழைத்தது. தனது முதுகில் குரங்கை சுமந்து நீந்திச் செல்லும் போது நடுஆற்றில் நீரில் மூழ்கடித்து குரங்கைக் கொல்ல எத்தணித்தது. சட்டென சுதாரித்து காரணம் கேட்ட குரங்கிடம் தனது மனைவியின் உடல்நிலை குணமாவதற்குக் குரங்கின் இதயம் தேவைப்படுவதைக் கூறியது. எந்த உதவியும் கிட்டாத நடுஆற்றில் ஒரு முட்டாள் முதலையிடம் தான் வசமாக சிக்கிக் கொண்டதை உணர்ந்தாலும் பதற்றமடையாமல் அமைதியாக சிந்தித்து ஒரு முடிவுக்கு வந்தது குரங்கு. தனது இதயத்தை முதலையின் மனைவிக்குக் கொடுக்க தனக்கு மனப்பூர்வமான சம்மதம் எனவும், ஆனால் வருந்தத்தக்க வகையில் தான் தனது இதயத்தைக் காட்டிலுள்ள ஒரு மரத்தில் மறந்து வைத்துவிட்டு வந்துவிட்டதாகவும், இப்போதே காட்டுக்குத் திரும்பினால் உடனடியாக இதயத்தை எடுத்துக்கொண்டு நாம் தீவுக்குச் செல்லலாம் எனவும் கூறியது. அதனை நம்பிய முதலை திரும்பவும் குரங்கைக் காட்டில் சேர்த்தது; குரங்கு 'சட்'டென்று மரத்தில் ஏறி தப்பித்ததுடன் முட்டாள் முதலையின் நட்பையும் உடனடியாகத் துண்டித்தது.

மனம் பதற்றமின்றி சலனமற்று அமைதியாக இருக்கும் போதுதான் ஒருவரால் தெளிவாக யோசித்து சமயத்திற்கு ஏற்ற முடிவுகளை எடுக்க முடிகிறது. குறுகிய நேரத்திற்குள் சரியான விடைகளைத் தேர்ந்தெடுக்க வேண்டிய தேர்வு நேரத்திற்கும் குறுகிய நேரத்தில் மிக அதிகமாகவும் விரைவாகவும் சரியாகவும் முடிவுகளை எடுக்க வேண்டிய பணிக்காலத்திற்கும் இந்தச் சலனமற்ற மனநிலை மிகுந்த அனுகூலமாக இருக்கும்.

அஞ்ச வேண்டியவற்றுக்கு அஞ்சாதிருப்பது அறியாமையாகும்; அஞ்ச வேண்டியவற்றுக்கு மட்டுமே அஞ்சி நடப்பதே அறிவுடையார் இயல்பாகும் என்பது வள்ளுவன் கூற்று. ஆகவே, மனஉறுதியுடனும்,

விடாமுயற்சியுடனும், தேவையான தயாரிப்புடனும் தனது குறிக்கோளை நோக்கிப் பயணிப்பவர்கள் எதற்காகவும் அஞ்சவேண்டியதில்லை.

வென்றவர் கதை:

பள்ளி இறுதியாண்டில் தனது தந்தையை இழந்து படிப்பை பாதியில் நிறுத்துகிறார். அரசுப் பணியில் இருந்த தனது தந்தையின் மறைவிற்குப் பிறகு கருணை அடிப்படையில் அரசு வேலைக்கு விண்ணப்பித்து பல வருடங்கள் அலைவதில் வீணாகின்றன. ஏதேதோ காரணங்கள் கூறி வாய்ப்பு மறுக்கப்படுகிறது. இதற்கிடையே பள்ளிப்படிப்பை முடித்து தொலைதூர கல்வி முறையில் இளங்கலைப் பட்டமும் வாங்குகிறார். குடும்ப வறுமை ஒருபக்கம்; வேலைக்கான போராட்டம் மறுபக்கம். தன்னுடைய குறிக்கோளை மட்டும் ஒருபோதும் கைவிடவில்லை அவர். சிறிய பொறுப்புகளில் சில அரசு வேலைகள் கிடைத்தாலும், இந்திய ஆட்சிப்பணியில் இணையும் அவரது இலக்கை அவர் சற்றும் தளர்த்திக் கொள்ளவில்லை. பலமுறைகள் முதன்மைத் தேர்வையும் நேர்முகத் தேர்வையும் நெருங்கினாலும், அவ்வளவு எளிதில் கைகூடவில்லை அவரது கனவு. ஆனால், இலக்கின் மீது கொண்ட தீவிர மன உறுதியும் அவரது விடாமுயற்சியும் வெற்றியைச் சாத்தியமாக்கின. பள்ளியில் இடைநின்றவர் என்பதோ, கல்லூரியில் நேரில் சென்று படிக்கவில்லை என்பதோ, ஏழ்மை அள்ளித்தந்த என்னற்ற துன்பங்களோ அவரை ஒருபோதும் முடக்கியதில்லை. தனது குறிக்கோளில் அவர் வைத்திருந்த சற்றும் சமரசமில்லாத தீவிர நம்பிக்கை அவருக்கு வெற்றியைப் பரிசளித்தது.

சுருக்கம்:

1. உங்கள் மீது நீங்கள் முழுமையான நம்பிக்கை வைக்கும்போது தேவையற்ற பயம் தானாகவே நீங்கி விடுகிறது.

2. மனம் பதற்றமின்றி சலனமற்று அமைதியாக இருக்கும் போதுதான் ஒருவரால் தெளிவாக யோசித்து சமயத்திற்கு ஏற்ற முடிவுகளை எடுக்க முடிகிறது.

3. அஞ்ச வேண்டியவற்றுக்கு அஞ்சாதிருப்பது அறியாமையாகும்; அஞ்ச வேண்டியவற்றுக்கு மட்டுமே அஞ்சி நடப்பதே அறிவுடையார் இயல்பாகும்.

◆

9

எக்கணத்திலும் மகிழ்ச்சியாய் இருங்கள்

மகிழ்ச்சியாக இருப்பதுதான் உங்களுடைய முக்கியமான நோக்கமென்றால், உங்களிடம் இல்லாததை நினைத்து வருத்தப்படுவதற்குப் பதிலாக, உங்களிடம் இருப்பதைக் கொண்டாடுங்கள் – பிரையன் வாசிலி

படுக்கையில் கிடத்தப்பட்டு தனது இறுதி நிமிடங்களில் இருந்தார் அந்தத் துறவி. மாணாக்கர்களும் பொது மக்களுமாக அநேகர் குழுமியிருந்தனர். உடல்நலக் குறைபாடோ இறக்கப்போகும் மனவருத்தமோ அவரை அல்லல் படுத்திக் கொண்டிருக்கும் என்றே அனைவரும் நம்பினர். இருந்தாலும் தமக்காக அவரது இறுதி அறிவுரை ஏதும் கிடைத்திடாதோ என்று ஆவலுடன் காத்திருந்தனர். ஆனால் அந்தத் துறவியோ, மெலிதான ஒரு புன்முறுவலுடன் தனது மாணவன் ஒருவரிடம் தனக்கு மிகவும் பிடித்த இனிப்புப் பண்டத்தைக் கொண்டு வரச்சொன்னார். அந்த இனிப்புப் பண்டத்தை வாயில் போட்டு மிக நிதானமாக சுவைத்து அனுபவித்து சாப்பிட்டார். அதன்பிறகு, இறுதியாக கண்மூடினார். மனிதர்கள் தமது இறுதி மூச்சு வரையிலும் தங்கள் வாழ்க்கையை முழுதுமாக அனுபவித்து மகிழ்ச்சியாக வாழ வேண்டும் என்பதே அவரது இறுதி அறிவுரை என்பதைச் சுற்றி இருந்தவர்கள் புரிந்து கொண்டனர்.

நீங்கள் ஏற்கெனவே வெற்றி பெற்று விட்டீர்கள் என்னும் சூழ்நிலையில் உங்கள் மனதில் மகிழ்ச்சி மட்டுமே ததும்ப வேண்டும். ஒவ்வொரு நாளும் உங்களுடைய மனவறையில் அறியாமைஇருள் விலகி அறிவுவெளிச்சம் கூடிக் கொண்டுள்ளது. சரியான முறையில் சரியான நேரத்தில் சரியான திசையில் சரியான வேகத்தில் எய்யப்பட்ட அம்பு சரியான இலக்கை மட்டுமே அடையும் என்பதே அறிவியல் விதி. உங்களிடம் அனைத்தும் சரியாக இருக்கும்போது நீங்கள் எந்நேரமும் மகிழ்ச்சியாக மட்டுமே இருக்க முடியும்.

நீங்கள் தேடித்தேடிப் படிப்பவை எல்லாம் குடிமையியல் தேர்வில் வெற்றி அடைவதற்கு மட்டும் அல்ல; பணியில் சேர்ந்து பிறகு உங்களது சேவையை மிகச் சிறப்பாகச் செய்வதற்காகத்தான். மேலும் கற்றல் என்பது ஒருவரின் இறுதிமூச்சு வரையிலும் தொடரும் அத்தியாவசியமான ஒன்று. ஆதலால், தேர்வுக்குத் தயாராகும் காலம் என்பது, கற்க வேண்டியவற்றைக் கற்பது மட்டுமின்றி எப்படி வாழ்க்கை முழுதும் கற்க வேண்டும் என்பதையும் கற்றுக் கொடுக்கும் காலமாகும். எப்படியும் வாழ்க்கை முழுதும் கற்றாக வேண்டும் என்று முடிவாகிவிட்ட பிறகு அதனை மகிழ்ச்சியுடன் செய்வதுதானே முறையாகும்.

மலைப்பகுதியில் தனியாக நடைபயின்று கொண்டிருந்த ஒருவனை ஒரு புலி துரத்தியது. தப்பித்து ஓடியவன் மலைமுகட்டை அடைந்ததும் வேறு வழியின்றி படர்ந்திருந்த ஒரு கொடியைப் பற்றி கீழே இறங்க எத்தனித்தான். அப்போது மற்றுமொரு ஆபத்தாக அருகில் வலையிருந்து வெளியில் வந்த எலி ஒன்று அந்த கொடியைத் தனது கூரிய பற்களால் கொறிக்க ஆரம்பித்தது. மேலே புலியும் கீழே எலியுமாக அந்தரத்தில் தொங்கிக் கொண்டிருந்தவன் கண்ணில் பட்டது, அந்தக் கொடியில் காய்த்திருந்த பழங்கள். ஒன்றைப் பறித்து வாயிலிட்டு உண்டான்; ஆகா! என்ன சுவை எனறான். அவன் உயிர் தப்பினானா என்பதைவிட, தனது இறுதி நொடியிலும்கூட வாழ்க்கையை மகிழ்ச்சியாக வாழும் கலையைச் சொல்லித் தருகிறான் என்பதே பாடம்.

வென்றவர் கதை:

ஒரு நாளைக்கு குறைந்தது ஐம்பது மூட்டை கற்களையாவது அவர்கள் உடைக்க வேண்டும். காலையில் தொடங்கி கடும் வெயிலிலும் தொடர்ந்து உடைத்துக் கொண்டே இருப்பார்கள்- அவரும் அவரது அம்மாவும். உணவு இடைவேளை நேரத்தையும் மிச்சப்படுத்தி உடைத்தாலும் மிச்சம் கொஞ்சம் மூட்டைகள் கிடக்கும். இவ்வளவு துன்பப்பட்டு உழைத்தாலும் அவர்களுக்கு மிஞ்சியது என்னவோ வெகு சொற்பமான வருமானமே. அடிக்கடி அவரது அப்பாவின் நினைவில் அவர் கலங்கி நிற்பார்; அம்மாதான் தேற்றுவார். கோவிட் பெரும் தொற்றில் அவரது அப்பா இறக்கும் வரையிலும் அவர்களின் வறுமைப் போராட்டத்தில் ஆட்டுப்பால் வியாபாரம் சிறிதளவேனும் கை கொடுத்தது. இப்பொழுது குடும்பச் சூழல்

அவரையும் அவரது அம்மாவையும் இப்படியான கடுமையான வேலைக்குத் தள்ளி இருந்தது.

கல் உடைத்து கரங்கள் மட்டுமல்ல, மனதும் பலப்பட்டது. கடும் வெயிலில் அவர் பொசுங்கி விடவில்லை; தீயில் இடப்பட்ட இரும்பாய் தனது வடிவத்தை மாற்றிக் கொண்டார்; தன்னை வலிமையாகவும் ஆக்கிக் கொண்டார். முடிந்தவரை முட்டிப் பார்த்துவிட்டு துன்பம் கூட சற்றுத் துவண்டு தான் போனது. கடுமையான முயற்சிக்குப் பிறகு ஒரு ஆரம்ப நிலை அரசுப் பணியில் சேர்ந்தார். எங்கோ இருந்து இங்கு வந்தாகிவிட்டது; இங்கிருந்து எங்கு வேண்டுமானாலும் செல்லலாம் என்ற எண்ணம் தந்த உற்சாகத்தில் குடிமையியல் பணிக்கான தேர்வுக்குத் தயாரானார். ஏழு முறை தொடர் தோல்வி; துவண்டு விடக் கூடியவரா அவர்? விடாமுயற்சியும் தொடர் பயிற்சியும் இறுதியில் அவரை எண்ணிய இடத்திற்குக் கொண்டு சேர்த்தன. அன்றுஅடுத்த வேலை உணவுக்காக கல் உடைக்கும் வேலைக்கு சென்றவர் இன்று கோடானு கோடி மக்களின் நல்வாழ்வைத் தீர்மானிக்கும் அரசு உயர் அதிகாரியாக வெற்றியுடன் வலம் வருகிறார். முயற்சி தன் மெய்வருத்தக் கூலி தரும்.

சுருக்கம்:

1. நீங்கள் ஏற்கெனவே வெற்றி பெற்று விட்டீர்கள் என்னும் சூழ்நிலையில் உங்கள் மனதில் மகிழ்ச்சி மட்டுமே ததும்ப வேண்டும்.

2. சரியான முறையில் சரியான நேரத்தில் சரியான திசையில் சரியான வேகத்தில் எய்யப்பட்ட அம்பு சரியான இலக்கை மட்டுமே அடையும் என்பதே அறிவியல் விதி.

3. தேர்வுக்குத் தயாராகும் காலம் என்பது, கற்க வேண்டியவற்றைக் கற்பது மட்டுமின்றி எப்படி வாழ்க்கை முழுதும் கற்க வேண்டும் என்பதையும் கற்றுக் கொடுக்கும் காலமாகும்.

◆

10

செயல்முறையை அனுபவியுங்கள்

பொறுமையும் தனது செயல்பாட்டில் ஒருவர் வைக்கும் நம்பிக்கையும் அசாதாரண வெற்றிக்கு வழிவகுக்கும் – கிராண்ட் கார்டோன்

குறிக்கோளை நோக்கிய உங்களது பயணத்தில் அடையப்போகும் வெற்றியைப் போலவே அதற்காக நீங்கள் மேற்கொள்ளும் செயல்முறைகளும் முக்கியமானவை.

'சட்'டென வளர்ந்துவிடும் மூங்கிலைவிட தனக்கென்னு நேரம் எடுத்து ஆறஅமர வளரும் தேக்கு உறுதியானதும் நீடித்த பலன் தரக்கூடியதுமாகும்.

தேர்வுக்கான தயாரிப்பில் ஒவ்வொரு காரியமும் தனக்கென நேரமும் கவனமும் கொள்ளக்கூடியது. அவசரப்படாமல் இயங்கினால் பலவிதங்களில் அவை உதவிகரமாக இருக்கும். எடுத்துக்காட்டாக, விருப்பப் பாடத்தைத் தேர்வு செய்வதிலும், அதற்கான தயாரிப்பிலும் செலுத்தும் கவனம் உங்களது வெற்றியில் மிகப்பெரிய தாக்கத்தை ஏற்படுத்தவல்லது. இந்த நீண்ட பாதையை வெற்றிகரமாக கடக்கக் உங்களுக்கு மிகவும் அவசியமானது பொறுமையாகும். அல்லது, ஆர்வமும் முழு ஈடுபாடும் இருந்தால் பயணதூரம் தெரியாது.

ஒருமுறை பேரரசர் அக்பர் நீண்டதூரம் பயணம் செய்ய வேண்டி இருந்தது. கடும் வெய்யிலும் கரடுமுரடான காட்டுப் பாதையும் மேலும் சிரமம் கூட்டின. பொறுக்கமுடியாத அக்பர் வாய்விட்டு கேட்டே விட்டார். யாராவது இந்த நீண்ட நெடிய பாதையை சுருக்க முடியுமா என்று. சுற்றி இருந்த ஏனைய அமைச்சர்கள் திகைத்து செய்வதறியாமல் விழிக்க, வழக்கம்போல் மதியூகி பீர்பால் முன்வந்தார். என்னால் செய்ய முடியும் அரசே! ஆனால் அதற்குமுன் நீங்கள் எனது கதையைக் கேட்க வேண்டும் என்றார். அரசர் அனுமதிக்க,

மிக ஆர்வமிக்க ஒரு கதையை மிக விளக்கமாகவும் சுவைபடவும் கூறலானார் பீர்பால். வியப்பும் திருப்பங்களும் நிறைந்த அந்தக் கதையை அக்பரும் உடன் வந்தவர்களும் மிக கவனமாக கேட்டு வந்தனர். ஒருவழியாக கதை தனது முடிவை நெருங்குவதற்குள் அவர்கள் அடையவேண்டிய இடமே வந்துவிட்டது. வியப்பில், எப்படி நாம் இவ்வளவு விரைவில் வந்து சேர்ந்தோம் என்று கேட்ட அக்பரிடம், அரசே! தாங்கள் கேட்டபடி நான் இந்தப் பாதையை எப்படி சுருக்கிவிட்டேன் பாருங்கள், என்றார் பீர்பால். இப்படித்தான், பாடத்தின் மீது கொள்ளும் ஆர்வம் உங்களுடைய தேர்வுக்கான பயணத்தையும் உறுதியாக எளிதாக்கும்.

நீங்கள் ஒரே ஆற்றில் இரண்டு முறை குளிக்க முடியாது என்பார்கள். அதைப்போலவே, நீங்கள் மீண்டும் செய்யும் எந்த காரியத்தையுமே இரண்டாவது முறையாகத்தான் கொள்ள வேண்டும். முதல்முறை என்பது ஒருமுறை மட்டுமே; எப்படிப்பார்த்தாலும் மீண்டும் ஒரு செயலை முதல்முறை செய்யும் வாய்ப்பு உங்களுக்கு அமையப் போவதேயில்லை. ஆதலால், எந்தச் செயலையும் முதல்முறை செய்யும்போதே கவனமுடனும் ஈடுபாட்டுடனும் செய்வதுதானே நியாயமானது.

நீங்கள் அடையும் இடத்தைவிட பயணப்படும் பாதை மிகவும் முக்கியமானது என்றார் மகாத்மா காந்தி. ஏனெனில், முடிவற்றுத் தொடரும் இப்பரந்த உலகில் நமது அனைத்து செயல்களுமே ஏதோவொரு செயல்பாட்டில்தான் இருக்கிறது. நமது குறிக்கோளை நாம் அடைவதைவிட அதனை நியாயமான வழியில் அடையவேண்டும் என்பதே பாடமாகும்.

கடமையைநச செய்வதற்கு சோர்வடையாத தன்மையைவிட ஒருவருக்குப் பெருமை வாய்ந்தது வேறொன்றும் இல்லை என்கிறார் வள்ளுவர். தேர்வுக்கான தயாரிப்பைக் கடமையாகக் கருதாமல் ஆர்வமாகக் கொண்டால் சோர்வுக்கு ஒருபோதும் இடமிருக்கப் போவதில்லை; மாறாக ஊக்கம் மட்டுமே எஞ்சும்.

வென்றவர் கதை:

வரலாற்றுப் புத்தகத்தின் அரியதொரு அத்தியாயத்தில் நின்று கொண்டிருக்கிறோம் என்பது தெரியவில்லை அவருக்கு. இயற்கை நிகழ்த்திக் கொண்டிருக்கும் ஒரு பேரழிவுக்குத் தானும் சாட்சியாக நிற்பதும் புரியவில்லை. அது சிறிதாக தனது பகுதியில் நடக்கும் ஒரு

இயற்கைச் சீற்றம் மட்டுமே என்ற எண்ணம் வெகுசீக்கிரமே தவறென்று புரிந்து போனது. இந்தோனேசியாவின் சுமத்திரா தீவுக்கருகில் கடலில் ஏற்பட்ட நிலநடுக்கம் இந்தியா இலங்கையையும் தாண்டி ஆப்பிரிக்கா வரையில் அழிவை ஏற்படுத்தியது. அந்த சுனாமி அலைகள் அவரது வீடு, நெருங்கிய உறவுகள், சேமிப்பு, வாழ்வின் அமைதி என்று இருந்த அனைத்தையும் சேர்த்தே விழுங்கிவிட்டன.

சிறிதுகாலம் தனது நிலையை நொந்தபடி வாழ்வில் முற்றிலுமாக உடைந்துபோய்தான் இருந்தார். அந்த இயற்கைப் பேரழிவில் இருந்து தன்னையும் தன்னைப் போன்ற ஆயிரக்கணக்கானவர்களையும் உடலலளவிலும் மனதளவிலும் மீட்டெடுத்த அரசு மற்றும் அரசு சாரா அமைப்புகளின் விலைமதிப்பில்லா உதவிகளுக்கும் அவற்றை திறம்பட ஒருங்கிணைத்து வெற்றிகரமாகச் செயலாற்றிய அந்த அரசு உயர் அதிகாரியின் சேவைக்கும் மனதார நன்றிக்கடன் பட்டவராகவே உணர்ந்தார். மேலும், இந்த சமுதாயம் தனக்களித்தவற்றை தானும் பிரதிபலிக்கும் வகையில் அந்த அரசு உயர் அதிகாரியைப் போல தனது வாழ்வையும் எண்ணற்ற மக்களுக்கு உதவிடும் வகையில் அமைத்துக் கொள்ள முடிவெடுத்தார். அரசு மற்றும் அரசு சாரா அமைப்புகளின் ஆதரவுடன் பள்ளிப் படிப்பை முடித்து அரசு மற்றும் தனியார் இலவசப் பயிற்சி மையங்களின் வழிகாட்டுதலுடன் குடிமைப்பணிக்குத் தேர்வானார். எவ்வளவோ இழப்பிற்குப் பிறகும் அவர் இழக்காமலிருந்தது நம்பிக்கையையும் விடாமுயற்சியையும்தான்.

சுருக்கம்:

1. குறிக்கோளை நோக்கிய பயணத்தில் வெற்றியைப் போலவே மேற்கொள்ளப்படும் செயல்முறைகளும் முக்கியமானவை.
2. எந்தச் செயலையும் முதல்முறை செய்யும்போதே கவனமுடனும் ஈடுபாட்டுடனும் செய்வது சிறப்பு.
3. நமது குறிக்கோளை நாம் அடைவதைவிட அதனை நியாயமான வழியில் மட்டுமே அடையவேண்டும் என்பதே முக்கியம்.

◆

11

உங்களுக்கான சூழலை அமைத்துக் கொள்ளுங்கள்

உங்கள் வாழ்வின் உரிமையாளர் நீங்களே. உங்கள் சொந்தச் சூழலை நீங்கள் நேர்மறையாகப் பாதிக்கலாம், இயக்கலாம் மற்றும் கட்டுப்படுத்தலாம்; அதன்மூலம் உங்கள் வாழ்க்கையை நீங்கள் விரும்பும் விதமாக மாற்றலாம் – நெப்போலியன் ஹில்

நம் ஒவ்வொருவருடைய வாழ்க்கையும் தனித்துவமானது; அனுகூலங்கள் - சிக்கல்கள் - நிறைகள் - குறைகள் - வெற்றிகள் - தோல்விகள் - வாய்ப்புகள் -சவால்கள் - மகிழ்ச்சி - துக்கம் என வாழ்க்கையின் பல்வேறு கூறுகள் பல்வேறு விகிதங்களில் கலந்திருப்பது.

உங்களது குறிக்கோளை முடிவு செய்த பின்னர் நீங்கள் தற்போது இருக்கும் இடத்திற்கும், சென்று அடைய வேண்டிய இடத்திற்குமான இடைவெளியைக் கணக்கிட்டு, அந்த இடைவெளியை நிரப்புவதற்குத் தேவையான நேரம், உழைப்பு, பொருள், மனிதவளம், அறிவுவளம் ஆகியவற்றைப் பட்டியலிட்டுக் கொள்ள வேண்டும்.

அடுத்ததாக, பட்டியலில் உள்ளவற்றை நிறைவேற்றுவதற்கு ஏற்ற சூழலை உருவாக்கிக் கொள்ள வேண்டும். சூழல் தானாகவே அமையும் என்றோ, பிறர் அமைத்துத் தருவர் என்றோ நாட்களை வீணடிக்காமல் நமக்கான சூழலை நாம்தான் உருவாக்கிக் கொள்ள வேண்டும்.

உங்களுக்கான ஏற்ற சூழலை உருவாக்குவதிலும் அதனைப் பேணுவதிலும் உங்களுக்கே பெரும்பங்கு உண்டு. மற்றவர்களின் பங்கு மிக மிகக் குறைவானதாகவே இருந்தாலும் மிக முக்கியமானதாகும். அதனால் குடும்பம், அலுவல், சுற்றம் ஆகியவற்றிலுள்ள மனிதர்களை அரவணைத்தும் அனுசரித்தும் போவது மிகவும் இன்றியமையாததாகும்.

ஒரு வேகமான காட்டாற்று வெள்ளத்தில் சிக்கிக் கொண்டார் அந்த மனிதர். ஆழமானதாகவும் சுழல் நிறைந்ததாகவும் இருந்த அந்தப் பெரிய ஆற்றில் அவர் காணாமல் போய்விட்டார் என்று அங்கு இருந்தவர்கள் முடிவு செய்து விட்டனர். ஆனால் சிறிது நேரத்திற்குப் பிறகு அவர் பத்திரமாக கரையேறினார். எப்படி தப்பித்தீர்கள் என்று அவரிடம் கேட்டபோது, என்னால் கட்டுப்படுத்த முடியாத அந்தக் கடும் சூழலுக்குத் தகுந்தாற் போல நான் என்னைத் தகவமைத்துக் கொண்டேன்; தேவையான இடங்களில் சுழலின் ஆற்றலையும் முடிந்த சில இடங்களில் என்னுடைய உடல் மற்றும் மன பலத்தையும் உபயோகித்து நான் ஆற்றின் போக்கிலேயே சென்று தப்பித்து வந்தேன் என்று கூறினார்.

எவ்வளவு நீண்ட கப்பலையும் சரியான திசையில் திறம்பட திருப்பிட உதவும் சுக்கான் போல, எவ்வளவு பெரிய கப்பலையும் அசையாமல் நிறுத்தி வைக்கும் நங்கூரம் போல, சில சூழல்களைத் தகவமைத்துக் கொள்வதில் நமது பங்கு சிறிதாக இருப்பினும் அதுதான் மிகவும் முக்கியமானது. அதனால்தான், அந்த மனிதரால் லாவகமாகத் தப்பித்து வர முடிந்தது. எதை எங்கு எப்போது எப்படி செய்யவேண்டும் என்பதே நமக்கான பாடம்.

வள்ளுவன் கூற்றுபடி, ஒருவருக்கு மனத்தின் தூய்மையும் செயலின் தூய்மையும் அவரின் நட்பு வட்டத்தின் தூய்மையைப் பொருத்தே அமையும். மேலும், ஒருவருக்கு நட்பு வட்டம் நல்லதாக அமைவதைக் காட்டிலும் பெரிய வலிமையும் இல்லை; அது தீயதாக அமைவதைக் காட்டிலும் வேறு துன்பம் தருவதும் இல்லை.

புறச்சூழல் மற்றும் அகச்சூழல்: உங்களது குறிக்கோளுக்கு உதவி செய்திடும் நிகழ்வுகள் மனிதர்கள் இடம் ஆகியவற்றை அமைத்துக் கொடுப்பது புறச்சூழல் என்றால், அகச் சூழலே உங்களை அதில் திறம்பட பயணிக்க வைக்கும். சூழலை உங்களுக்கு ஏற்றதாக அமைத்துக் கொள்வதில் உங்களுக்கு மட்டுமே பெரும் பங்கு இருக்கிறது. உங்களது ஏதுவான அகச்சூழல் உங்கள் புறச் சூழலை அதற்கு ஏற்றது போல் கண்டிப்பாக மாற்றிக்கொள்ள வல்லது. அதற்கு நாம் உடனடியாக செய்ய வேண்டியது முதலில் அகச்சூழலை நமக்கு ஏற்றாற் போல் மாற்றிக் கொள்வது தான்.

ஒரு செயலை முழுவதுமாக முடித்த பிறகு வெளிப்படுத்துவதே செயல் உறுதியாகும்; மாறாக, இடையிலேயே வெளிப்படுத்தினால் இடையூறுகளைச் சந்திக்க நேரும் என்கிறார் வள்ளுவர். உங்களுடைய

குறிக்கோளையும் அதற்குண்டான தயாரிப்புகளையும் அதனையொட்டிய உங்களது நகர்வுகளையும் தீங்கள் உங்கள் சுற்றத்தின் தன்மையைப் பொருத்தே வெளிப்படுத்த வேண்டும். சில நேரங்களில் நமது சுற்றுப்புறம் நமக்கு எதிராகத் திரும்புவதற்கு வாய்ப்புண்டு. பிறரிடம் பகிர்ந்து எதிர்ப்பை சம்பாதிப்பதைவிட யாரையும் எதிர்பார்க்காமல் தனியே களத்தில் இறங்குவது நல்லது.

மேலும், இயலும் சூழ்நிலைகளில் எல்லாம் செயலைச் செய்து முடிக்க வேண்டும்; இயலாத நிலையில் அதற்கான சூழ்நிலையை உருவாக்க வேண்டும் என்று சூழலின் முக்கியத்துவத்தை எடுத்துரைக்கிறார் வள்ளுவர்.

வென்றவர் கதை:

குடும்பச் சூழ்நிலை காரணமாக சிறு வயதிலேயே திருமணம் செய்து வைக்கப்படுகிறது. விரைவில் இரண்டு குழந்தைகளுக்குத் தாயாகவும் ஆகிறார். குழந்தைகளுடன் நேரம் செலவிட்டு வெளியுலகத் தொடர்பு கிட்டத்தட்ட அற்றுவிட்ட நிலையில் சிறுவயதிலிருந்தே அவர் கொண்டுள்ள குடிமையியல் பணி மீதான ஆவல் மீண்டும் முளை விடுகிறது. குழந்தைகள் அனுமதித்த நேரம் போக தன்னுடைய தினசரி வேலைகளில் நேரத்தை மிச்சப்படுத்துகிறார். குழந்தைகளை வீட்டில் விட்டுவிட்டு பயிற்சி வகுப்புகளில் சேர முடியாததால் ஆன்லைன் பயிற்சி வகுப்பில் சேர்ந்து உரிய வழிகாட்டுதல்களையும் ஆலோசனைகளையும் பெறுகிறார். புத்தகங்களையும் முந்தைய ஆண்டுகளின் வினாவங்கியையும் வாங்கி வீட்டிலிருந்தே கற்கத் தொடங்கிறார்.

குழந்தைகளைப் பேணுவது, குடும்பப் பணிகள், தேர்வுக்குத் தயாராவது என்று முழுநேரமும் ஓடிக்கொண்டிருந்ததில், தனது உடல்நலத்தைப் பராமரிக்க சிறிது தவறிவிடுகிறார். சிறிது இடைவெளி விட்டு தனது சிக்கலுக்கானத் தீர்வை தேடத் தொடங்குகிறார். தனக்கான ஏற்ற சூழலை உருவாக்குவதே இதற்கான தீர்வு என்று முடிவெடுக்கிறார். குழந்தைகளுக்கான அத்தயாவசியத் தேவைகள் தவிர இதர தினசரி வேலைகளுக்குத் தனது நெருங்கிய உறவினர்களின் உதவியை நாடிப் பெறுகிறார். குடும்பப் பணிகளுக்கு சேமிப்பிலிருந்து சிறிது செலவு செய்து உதவியாளர்களை நியமித்துக் கொள்கிறார். அதன்பிறகு தனது படிப்பை மட்டுமே முக்கிய வேலையாகக் கொண்டு தயாரிப்பைத் தொடர்கிறார். எடுத்துக் கொண்ட சிறிய இடைவேளை, சிக்கல்களைத் தீர்த்ததோடு புதிய மன எழுச்சியுடன் அவரைச் செயல்பட உதவுகிறது.

அவர் எண்ணியதைவிட மிகக் குறுகிய காலத்திலேயே அவர் வெற்றியை ஈட்டுகிறார். அவரது அறிவார்ந்தமான முயற்சி அசாத்தியமான அனுகூலத்தை அவருக்குத் தருகிறது. சிக்கல்களைக் கண்டு சோர்வடையாமல் தனக்கான ஏதுவான சூழலை உருவாக்கியதில் இருக்கிறது அவரது வெற்றியின் மறைபொருள்.

சுருக்கம்:

1. சூழல் தானாகவே அமையும் என்றோ, பிறர் அமைத்துத் தருவர் என்றோ நாட்களை வீணடிக்காமல் நமக்கான சூழலை நாம்தான் உருவாக்கிக் கொள்ள வேண்டும்.
2. ஒருவருக்கு மனத்தின் தூய்மையும் செயலின் தூய்மையும் அவரின் நட்பு வட்டத்தின் தூய்மையைப் பொருத்தே அமையும்.
3. உங்களது ஏதுவான அகச்சூழல் உங்கள் புறச் சூழலை அதற்கு ஏற்றது போல் கண்டிப்பாக மாற்றிக்கொள்ள வல்லது.

◆

12

இருப்பதிலிருந்து தொடங்குங்கள்

நீங்கள் இருக்கும் இடத்திலிருந்து தொடங்குங்கள். உங்களிடம் இருப்பதைப் பயன்படுத்துங்கள். உங்களால் முடிந்ததைச் செய்யுங்கள் – ஆர்தர் ஆஷ்

வேறு வழியில்லை; அவரவர்கள் தங்களது பயணத்தைத் தாங்கள் இருக்கும் இடத்திலிருந்துதான் தொடங்க வேண்டும். தொடங்கியபின், நகரும் ஆமையைப்போல் இடைநில்லாமல் சீரிய வேகத்தில் சென்று கோட்டைத் தொடுவதோ அல்லது துள்ளி ஓடும் முயலைப்போல இடையில் தூங்கி கோட்டை விடுவதோ அவரவர் வசதிக்கு விட்டு விடுவோம்.

எப்படிப்பார்த்தாலும் இருக்குமிடத்திலிருந்து இருப்பதை வைத்துதான் தொடங்க வேண்டும். மிகமுக்கியமாக காலம் தாழ்த்தாமல் தொடங்கிட வேண்டும். அநேக வியப்புகளை அடுக்கடுக்காய்ச் சேர்த்து வைத்திருக்கும் வாழ்வின் அடுத்த நொடிக்காகக்கூட காத்திருக்க முடியாது.

பெரும்பாலானோர் செய்யும் தவறு, தேவையான அல்லது தேவையானது என்று தாங்கள் கருதும் அனைத்துத் தயாரிப்புகளையும் செய்துவிட்டுப் பிறகு தேர்வுக்கான பயணத்தைத் தொடங்கலாம் என்று எண்ணுவது. மேற்படிப்பு, வசதியான வேலை, காதல் கைகூடுவது, கடன்களை அடைப்பது என்று அவரவர் சூழலுக்கு ஏற்ப தேவைகளின் பட்டியல் நீளும். அதற்குள் காலம் தனது கணக்குகளைக் கொண்டு நமது கனவுகளைக் கலைத்துப் போட்டுவிடும் ஆபத்தும் இருக்கிறது.

உங்களிடம் இருப்பவற்றிற்கு முதலில் நன்றி சொல்லுங்கள். பெரும்பாலும் நம்மிடம் இருக்கும் பல்வேறு கூறுகளின் அருமையை நாம் உணர்வதேயில்லை; குறைந்தபட்சம் அவை நம்மிடம் இருக்கும் வரையிலாவது. கையைவிட்டு சென்றவுடன் அவற்றை எப்படி எப்படியெல்லாமோ பயன்படுத்தியிருக்கலாம் என்ற வருத்தமும் புலம்பலும் நமது அனைவருக்கும் வாழ்வின் வழிநெடுகிலும் உண்டு.

நாம் வெற்றி பெறுவதற்கு நம்மிடம் எல்லா வளங்களும் இருக்க வேண்டும் என்ற அவசியமில்லை. அது பெரும்பாலும் சாத்தியமுமில்லை. அனைவருமே ஏதோ ஒருசில பற்றாகுறையுடன்தான் களம் காண்கின்றனர். நம்மிடம் இருப்பவற்றை எப்படி ஆக்கபூர்வமாகப் பயன்படுத்தி வெற்றியை அடைகிறோம் என்பதே முக்கியம்.

பாகுபலி திரைப்படத்தில் ஒரு போர்க்களக் காட்சி வரும். மிகுந்த அனுகூலம் தரும் அதிநவீன ஆயுதங்களை பல்வாலுக்குத் தந்து விட்டு, சாதாரண பழைய ஆயுதங்களை பாகுபலிக்கு ஒதுக்கியிருப்பார்கள். ஆனால், அவற்றைத் தனது புத்திக்கூர்மை மற்றும் மாற்றி யோசிக்கும் திறமையினால் வலுவான ஆயுதங்களாக மாற்றி போர்க்களத்தில் அனைவரின் பாராட்டையும் பெறுவான் பாகுபலி. சாதாரண பழைய ஆயுதங்களே கிடைத்தபோதும் பாகுபலி சோர்ந்து அமர்ந்துவிடவில்லை; எதுஎதெல்லாம் தன்னிடம் இல்லை என்று பட்டியல் போட்டுக் காத்திருக்கவுமில்லை; மாறாக, தன்னிடம் இருந்த சொற்ப வளங்களில் இருந்து தொடங்கி அவற்றைச் சிறப்பானதாகக் கையாண்டதில் இருக்கிறது பாகுபலியின் வெற்றிச் சூத்திரம்.

ஊக்கமுடையவரே எல்லாம் உடையவராக கருதப்படுவர்; ஊக்கம் இல்லாதவர் மற்றவை எல்லாம் உடையவராய் இருந்தாலும் எதுவும் இல்லாதவராகவே கருதப்படுவர் என்ற வள்ளுவனின் வாக்கைப்போல, இருப்பதை வைத்து ஊக்கமுடன் குறிக்கோளை நோக்கி பயணத்தைத் தொடங்கினால், உங்களின் தளராத ஊக்கமே வெற்றிக்குத் தேவையான ஏனைய அனைத்தையும் உங்களிடம் தவறாமல் சேர்ப்பித்து விடும்.

வென்றவர் கதை:

அவருக்கு ஆறு வயதாகும்போது தகப்பனை இழக்கிறார். வீட்டுவேலைகள் செய்து சொற்ப வருமானம் ஈட்டிய தாயார். இவரும் இவரது தங்கையும் ஆதரவற்றோர் இல்லத்தின் உதவியுடன் கல்வி கற்கின்றனர். பெருமுயற்சியில்தான் கல்லூரியிலேயே நுழைய முடிகிறது. பசித்தவருக்குதான் தெரியும் உணவின் அருமை. காலம் வறுமையோடு கைகோத்து தனக்கு இதுவரை சரியாகக் கிடைக்காமல் வஞ்சித்த கல்வியை, இஞ்சித்தும் சோர்வின்றி கைகொள்ளும் மட்டும் அள்ளி அள்ளிப் பருகுகிறார். அனு அனுவாய் ரசித்து ருசித்து கற்கிறார். கல்லூரி விழாவில் பங்கேற்று பேசிய ஒரு IFS அதிகாரியின் உரையில் தன்னாலும் அத்தகைய இடத்தை அடைய முடியும் என்று உணர்கிறார். ஆனால் வறுமையின் பிடி சிறிதும் தளரவில்லை. சொற்ப

வருமானம் தரக்கூடிய, கிடைத்த எளிய வேலைகள் எதுவொன்றையும் விட்டுவைக்கவில்லை அவர். அதிகாலை எழுந்து வீட்டுக்கு வீடு செய்தித்தாள் விநியோகிப்பார். அக்கம்பக்கத்து வீட்டு வாகனங்களைக் கழுவுவார். பள்ளிக் குழந்தை களுக்குப் பயிற்சி வகுப்புகள் நடத்துவார்.

இவ்வளவு போராட்டங்களுக்கு இடையிலும் தனது இலக்கு என்னும் தீச்சுடரை நெஞ்சாழத்தில் பொதித்து பேணி வருகிறார். வெளிச்சத்திற்கு நன்கு தெரியும் எப்படி இருளை விலக்கி தனக்கான இடத்தைப் பிடிப்பதென்று. முயற்சிக்குத் தெரியும் எப்படி அறியாமையை விலக்குவதென்று. தேடித்தேடிப் படித்தார். ஓடி ஓடி உழைத்தார். முதல் முயற்சியிலேயே தனது வாழ்நாள் கனவான குடிமையியல் பணியில் இணைந்தார். தன்னிடம் இல்லாதவற்றை நினைத்து ஒருபோதும் நிற்கவில்லை அவர்; மாறாக, தனக்கு கிடைத்தவற்றிற்காக மனப்பூர்வமாக நன்றி செலுத்தியதோடு தன்னிடம் இருந்தவற்றைக் கொண்டே தனது இலக்கினை சாத்தியமாக்கிக் கொண்டார்.

சுருக்கம்:

1. அவரவர்கள் தங்களது பயணத்தைத் தாங்கள் இருக்கும் இடத்திலிருந்து இருப்பதை வைத்துத்தான் தொடங்கியாக வேண்டும்.

2. நம்மிடம் இருப்பவற்றிற்கு முதலில் நன்றி சொல்வோம்; பெரும்பாலும் நம்மிடம் இருக்கும் பல்வேறு கூறுகளின் அருமையை நாம் உணர்வதேயில்லை.

3. நம்மிடம் இருப்பவற்றை எப்படி ஆக்கபூர்வமாகப் பயன்படுத்தி வெற்றியை அடைகிறோம் என்பதே முக்கியம்.

◆

13

உடல் நலம் பேணுங்கள்

சுய பராமரிப்பு என்பது சுயநலமல்ல. வெற்றுப் பாத்திரத்திலிருந்து நீங்கள் உணவைப் பரிமாற முடியாது – எலினோர் பிரவுன்

சுவர் இருந்தால் தான் சித்திரம் வரைய முடியும் என்ற பழமொழிக்கு ஏற்ப நோயற்ற நலமான வாழ்வே எத்தகைய சவாலையும் எதிர்கொண்டு கருதிய குறிக்கோளை அடைய நமக்கு உதவும் அடிப்படை ஆயுதமாகும்.

எழுத்துத் தேர்விலும் நேர்முக தேர்விலும் தேர்ச்சி பெறுவதோடு ஒருவர் தனது உடல் தகுதி (Physical Fitness) தேர்விலும் வெற்றி பெற வேண்டும் என்பது குடிமையியல் தேர்வில் கட்டாயமாகும்.

உணவு, உடற்பயிற்சி, உறக்கம், உற்சாக மனநிலை ஆகியவை நலமான வாழ்விற்கான இன்றிமையாத தேவைகளாகும். புரதம், கார்போ, கொழுப்பு, நார்ச்சத்து, வைட்டமின்கள் மற்றும் தாதுக்கள் அடங்கிய முழுமையான சத்தான உணவு ஒருவரின் அடிப்படைத் தேவையாகும். தண்ணீரும் உணவின் தவிர்க்கக்கூடாத ஒரு பகுதியே ஆகும். உண்ட உணவு செரித்ததை அறிந்து, நன்கு பசித்ததை உணர்ந்து, உடலுக்கும் காலத்திற்கும் ஒவ்வாத உணவினை விலக்கி உண்ணுதல் வேண்டும்.

நடப்பது, சீரான ஓட்டம், நீச்சல், சைக்கிள் ஓட்டுதல், யோகாசனம் முதலான உடற்பயிற்சிகளை நாள்தோறும் செய்து வருதல் நலம். நடந்து கொண்டே படிப்பது அல்லது படித்தவைகளை அலைபேசியில் பதிவு செய்து கேட்பது போன்றவை நேரத்தை சேமிக்க உதவும். குறைந்தபட்சம் எட்டு மணிநேர ஆழ்ந்த உறக்கம் அத்தியாவசியமாகும். இரவில் சீக்கிரமாக உறங்கி காலையில் சீக்கிரமாக எழுவது உடல்நலத்திற்கு மிகவும் நல்லது.

தங்க முட்டையிடும் வாத்து பற்றிய கதை நாம் அனைவரும் அறிந்ததே. நமது உடல் நலமும் அந்த வாத்தைப் போன்று இந்த உலக இன்பங்களைத் துய்ப்பதற்கான கருவியாகவும் செயற்கரிய

செயல்களையும் சாதனைகளையும் படைப்பதற்கான சாதனமாகவும் கைகொடுக்கிறது. அளவுக்கு மீறி இன்பங்களை நாடுவதன் மூலமோ, சாதனைகளைத் துரத்துவதன் மூலமோ அந்த வாத்தின் அனைத்து தங்க முட்டைகளையும் ஒரேயடியாகப் பெற முயல்பவர்கள் பேராசை பெருநட்டம் என்பதை இறுதியில் உணர்கிறார்கள். அக்கறையுடன் அனுதினமும் வாத்தைப் பராமரித்து அது ஈட்டும் தங்க முட்டையை ஒவ்வொன்றாகப் பெற்று ஆக்கபூர்வமாகச் செயல்படுபவர்கள் இவ்வுலகில் நீடித்த புகழுடன் வாழ்கிறார்கள். சான்றோரால் மதிக்கப்பட விரும்பாதவர் தவிர மற்றவர் போதைப் பொருளை ஒருபோதும் உட்கொள்ளக் கொள்ளக் கூடாது என்ற வள்ளுவன் சொல்படி உடல்நலத்தைக் கெடுக்கும் எத்தகைய செயலையும் ஒருபோதும் செய்யலாகாது.

ஆரோக்கியமான உடல் என்பது ஆரோக்கியமான மனதின் விளைவாகும் என ஜார்ஜ் பெர்னார்ட் ஷா கூறியதுபோல உற்சாகமான மனநிலை மனஅழுத்தம் முதலான சிக்கல்களைத் தவிர்த்து நோயற்ற உடல்நிலையைப் பெற பெருஉதவி செய்கிறது. இப்படியாக, தேர்வில் வெற்றி பெறுவதற்கு மட்டுமின்றி, பணிக்காலத்திலும் திறம்பட கடமையாற்றுவதற்கு உடல்நலம் பேணுதல் ஒருவர்க்கு மிக இன்றியமையாததாகும்.

இவ்வாறு உடல் நலம் பேணுதலை ஒருவர் தனக்கு தேர்வு வெற்றியை மனதில் வைத்து குறுகிய மனப்பான்மையில் செயலாற்றுவதை விட அதை தனது வாழ்வில் ஒரு வழக்கமாக மாற்றிக் கொண்டால், அது அவரது தனி, குடும்ப, பணி மற்றும் பொது வாழ்வு எல்லாவற்றிலும் வெற்றிகரமாகவும் மகிழ்ச்சியாகவும் செயல்பட பேருதவி செய்யும்.

வென்றவர் கதை:

பெருநகரத்தில் ஓரளவு வசதியும் அறிவு பின்புலமும் கொண்ட குடும்பத்தில், படித்த பெற்றோருக்கு மகனாய் பிறந்து நவீன உலக வாழ்வை வாழ கொடுத்து வைத்தவருக்குப் பெரும் பின்னடைவே அவரது தகப்பனாரின் குடிநோய்தான். குடிநோயும் அது விளைவித்த துணை தீமைகளும் நமது கதைமாந்தரையும் அவரது குடும்பத்தையும் வதைத்தது கொஞ்சநஞ்சமல்ல. தத்தித் தடுமாறி வீடு திரும்பிக் கொண்டிருந்த அவரது அப்பா பின்நாட்களில் சாலையோரங்களையே வீடாக பாவித்து உறங்கத் தொடங்கினார். காலையில் போதை தெளிந்து வீடு புகுபவரின் பின்னால் ஒரு கூட்டமே புகார்களுடன் பின்தொடர்வது வாடிக்கையானது. ஊர்முழுதும் பகையும் கடனும் சிக்கலும் அவமானமும் கூடிக்கொண்டே சென்றன. இதை எதையுமே

பொருட்படுத்தாமலோ அல்லது வெளிக்காட்டிக் கொள்ளாமலோ அவர் தனது குடியைத் தொடர்ந்தபோது அதற்கான மொத்த விலையையும் அந்தக் குடும்பம்தான் கொடுக்க வேண்டிவந்தது.

பள்ளியில் சக மாணவர்கள், மளிகைக் கடைக்காரர், பக்கத்துவீட்டினர், பால்காரர், ஆட்டோகாரர் என்று சமூகத்தினர் அனைத்துத் தரப்பினரின் கேலி, கிண்டல், அறிவுரை போன்றவற்றிற்கு ஆளாக வேண்டியிருந்தது. தந்தையின் நடத்தையால் குடும்ப நிம்மதி போய், படிப்பில் கவனம் போய், விளையாட்டில் ஆர்வம் போய் இளவயதிலேயே உருக்குலைந்து தான் போனார் அவர். அந்தப் பொறுப்பான ஆசிரியையின் அறிவுரையும் வழிகாட்டுதலும் மட்டும் இல்லாதிருந் திருந்தால் அவர் வாழ்கையும் அப்படியே சிதிலமடைந்துதான் கிடந்திருக்கும். மிகுந்த சிரமத்திற்கிடையே கவனத்தைப் படிப்பில் திருப்பிய அவர் இரண்டாண்டுகளில் பள்ளியில் முதல் மாணவராக வருகிறார்.

தொடர்ந்து கல்லூரியில் தகுதி அடிப்படையில் பயின்று பட்டம் பெற்று வளாக நேர்காணலில் வேலையும் பெறுகிறார். பெற்ற அவமானங்களை ஏதுவான ஆற்றலாக மாற்றுகிறார்; கிடைத்த எள்ளல்கள் எள்ளளவும் தன்னை பாதிக்கா வண்ணம் மனஉறுதி கொள்கிறார். தனது வாழ்வில் சந்தித்த தீயவைகளை துச்சமாக மதித்து தூர எறிகிறார். தன்னிடம் இருப்பதிலிருந்து தொடங்குகிறார். சமூகத்தில் தனக்கும் தனது குடும்பத்திற்கும் ஏற்பட்ட இழுக்கையும் களங்கத்தையும் குடிமையியல் தேர்வில் தான் பெற்ற வெற்றியின் மூலம் களைகிறார். அதுமட்டுமின்றி தான் ஒழுக்கமுடன் வாழ்வதுடன், தன்னைப்போல் எவரும் சிறுவயதிலேயே இத்தகைய அவலங்களுக்கு ஆட்படக்கூடாது என்பதற்காக பள்ளிகள்தோறும் பெற்றோர்களைக் கூட்டி விழிப்புணர்வும் ஊக்கமும் அளிக்க ஏற்பாடுகள் செய்து வருகிறார்.

சுருக்கம்:

1. நோயற்ற நலமான வாழ்வே எத்தகைய சவாலையும் எதிர்கொண்டு குறிக்கோளை அடைய உதவும் அடிப்படை ஆயுதமாகும்.
2. உணவு, உடற்பயிற்சி, உறக்கம், உற்சாக மனநிலை ஆகியவை நலமான வாழ்விற்கான இன்றிமையாத தேவைகளாகும்.
3. உடல் நலம் பேணுதலை ஒருவர் தனது வாழ்வின் ஒரு வழக்கமாக மாற்றிக் கொள்ள வேண்டும்.

◆

14

மனநலம் பேணுங்கள்

அமைதியான மனம் உள வலிமையையும் தன்னம்பிக்கையையும் தருகிறது, எனவே அது நல்ல உடல்நலத்திற்கு மிகவும் முக்கியமானது – தலாய் லாமா

நல்ல மனநலனே நல்ல உடல்நலனைத் தரும். மனம் சலனமற்று தெளிந்த நிலையில் இருக்கும்போது தெளிவாக யோசித்து சரியான முடிவு எடுக்க முடிகிறது. மனிதனின் தேவைகளைக் கழித்துப் கொண்டே சென்று ஒரு இடத்தில் நிறுத்தினால் அது மனமகிழ்ச்சி என்ற ஒற்றைப் புள்ளியில்தான் முடிவுறும். இவ்வுலகை இயக்கும் மறைபொருளாக மனமகிழ்ச்சியே இருக்கிறது. தற்போதைய நவீன உலகின் ஆய்ந்தறிந்து தேர்ந்த விழுமியங்களின் படி மக்களின் மனமகிழ்ச்சியையே ஒரு நாட்டின் உண்மையான வளர்ச்சிக்கான அளவீடாகக் கொள்ள வேண்டும் என்ற விழிப்புணர்வு அதிகரித்து வருகிறது.

எப்படி மனநலத்தைப் பேணுவது? அனைத்தும் நன்றாக நடக்கும் என்ற நேர்மறையான நம்பிக்கை தேவையற்ற அச்சங்களைப் போக்கி மனஅமைதியைத் தரும். நாம் சரியான குறிக்கோளை நோக்கி சரியான முறையில் பயணிக்கிறோம் என்ற எண்ணம் மன எழுச்சியைத் தரும். நமது வாழ்வில் இதுவரை நடந்தவை எல்லாம் நன்றாக இருந்ததனால் தான் தற்பொழுது தம்மால் சரியான நிலையில் தொடர முடிகிறது என்ற எண்ணம் மன நிம்மதியைத் தரும். இப்படியான நேர்மறைக் கண்ணோட்டம் மிகுந்த அனுகூலத்தைத் தரும்.

முடிந்தவரை சுற்றி இருப்பவர்களுக்கு ஒத்தாசையாகவும் உதவிகரமாகவும் இருப்பது; குறைந்தபட்சம், மனதாலும் தீங்கு நினைக்காமல் இருப்பது நமக்கு நாமே செய்து கொள்ளும் உதவியாகும். அனைத்தையும் விட முகம்தெரியாதவர்களுக்கு எந்தவிதப் பதிலுதவியும் எதிர்பாராமல் உதவி செய்வது சொல்லொண்ணா நன்மைகளை நமக்குத்

திருப்பித் தரும். சுருக்கமாக, இந்த உலகிற்கு நாம் எதைக் கொடுக்கிறோமோ அது பன்மடங்காகப் பெருகி நம்மை வந்தடைகிறது, அவ்வளவுதான். சிலருக்கு தங்களது வாழ்நாளிலேயும் சிலருக்கு அடுத்தடுத்த தலைமுறையிலும் எப்படியாவது வந்து சேர்ந்து விடுகிறது. நன்மை செய்தால் அதிக நன்மை; தீமையை செய்யக்கூட வேண்டாம், நினைத்தாலே அதிகத் தீமைதான்.

போதுமென்ற மனமே பொன் செய்யும் மருந்து என்ற பழமொழியின் படி ஏதோ ஒரு கட்டத்தில் மன நிறைவு கொள்வது நல்லது. வாழ்வின் அனைத்துக் கூறுகளிலும் உச்சத்தைப் பெற வேண்டும் என்ற முனைப்பில் எதை எதையோ காரணம் கூட தெரிந்து கொள்ளாமல் துரத்திக் கொண்டு இருப்பவர்கள் நாளும் துன்பத்தில் தான் உழல்கிறார்கள்.

ஒருவர் தனது மனசாட்சியுடன் முரண்படுவது தான் எல்லா விதமான மன மற்றும் உடல் நோய்களுக்கான அடிப்படைக் காரணங்களில் ஒன்றாகும். எண்ணம் சொல் செயல் ஒழுக்கம் விருப்பம் கடமை உறவுகள் என்ற எல்லாவற்றிலும் விடாப்பிடியாக ஒரு நேர்மையைக் கடைப்பிடிப்பவர்கள் தங்களுடைய மனசாட்சியுடன் ஒரு போதும் முரண்படுவதில்லை; மாறாக, ஒத்திசைந்து பயணிக்கிறார்கள்.

தொடர் படிப்பு மற்றும் வேலை பளுவினால் களைப்படைந்த மனதைத் தளர்த்தி மீண்டும் புதுப்பிப்பதற்கு இசை ஒரு மகத்தான மருந்தாகும். ஓவியம், தோட்ட வேலை, மனதுக்கு பிடித்தவர்களுடன் நேரம் செலவிடுவது போன்ற மனம் ஒன்றி செய்யும் தொடர் வேலைகளும் மனதை இலகுவாக்கி மலர்ச்சியாக்க வல்லவை.

வெற்றிக்குத் தேவையான கூறுகளில் ஏதாவது ஒன்றைத்தான் நாம் கைக்கொள்ள வேண்டும் என்ற நிலை வந்தால், மாற்றுக் கருத்துக்கு இடமின்றி, அது மனநலனைப் பேணுவதாகத்தான் இருக்கும். ஏனெனில், எல்லாவற்றினும் தலையாததும் இன்றமையாததும் அதுவேயாகும்.

பலவிதமான வில்வித்தைப் போட்டிகளில் அனேக வில்லாளிகளை வீழ்த்தி பெருமைபெற்ற ஒரு இளம் வீரன் வில்வித்தை கற்றுத்தரும் ஒரு அனுபவமிக்க குருவைப் போட்டிக்கு அழைத்தான். தொலை தூரத்திலிருந்த இலக்கைத் தனது முதல் அம்பில் வீழ்த்தி, இரண்டாவது அம்பில் அந்த முதல் அம்பையே உடைத்துக் காண்பித்தான். இப்போது அந்த குருவின் முறை. அவர் அமைதியாக ஒரு புன்முறுவலுடன்

அவனை மலை உச்சிக்கு அழைத்துச் சென்றார். அங்கே இரண்டு மலை உச்சிகளை இணைத்திருந்த மரக்கட்டையின் நடுவில் சென்று அங்கிருந்து மிக அருகில் இருந்த இலக்கைத் தனது அம்பால் வீழ்த்தினார். அவ்வாறே அந்த வீரனையும் செய்யச் சொன்னார். அந்த மரக்கட்டையின் மையம் வரை தட்டுத் தடுமாறி சென்ற வீரனுக்கு தனது கால்களுக்குக் கீழே தெரிந்த பள்ளமும் படுகுழியும் பயத்தைத்தான் ஏற்படுத்தின. அவனால் மனதை ஒன்றுபடுத்தி அம்பை எய்ய முடியவில்லை; தனது தோல்வியை ஒப்புக்கொண்டான். குரு அமைதியாக அவனிடம் கூறினார்,'உனது உடலில் இருக்கும் திறமை உனது மனதிலும் இருந்தால்தான் உன்னால் எளிதான இலக்கைக்கூட அடைய முடியும்' என்று.

ஒரு செயலை மேற்கொள்ளும் பொழுது வரும் இன்னல்களை இன்பமுடன் எதிர்கொள்பவருக்கு பகைவராலும் விரும்பப்படும் சிறப்பு உண்டாகும் என்ற வள்ளுவனின் சொல்படி, மனதை எத்தகைய கடினமான சூழலுக்கும் ஏற்றபடி ஆயத்தம் செய்தவர்களுக்கு வாழ்வில் வெற்றி மேல் வெற்றி பெறும் அனைத்து வாய்ப்புகளும் அமையும்.

வென்றவர் கதை:

அந்த வீட்டில் கணவன், மனைவி இருவரும் மிகுந்த ஒற்றுமையாய் இருப்பது நாள் தவறாமல் சண்டை போடுவோம் என்ற ஒன்றே ஒன்றில்தான். அது அவர்களின் மனதிற்குப் பிடித்த பொழுதுபோக்கு. அவர்களுக்கு மட்டுமல்ல, அவர்கள் சண்டை போடாத இடைவேளையில் பெற்றுக் கொண்ட ஐந்து குழந்தைகளுக்கும் அந்தத் தெருவில் குடியிருந்த பத்து பதினைந்து குடும்பங்களுக்கும்தான். தொலைக் காட்சி அதிகமில்லாத காலமாகையால், அவர்களது சண்டைகள் தொலைப் பேச்சாக அந்த தெருவுக்கே ஒலிபரப்பாகும். மின்சாரமற்ற இரவுகளில் பக்கத்துளத் தெருவினர்கூட கடைக்குப் போகும் சாக்கில் இவர்கள் வீட்டு வாசலில் நின்று ஆறஅமர நாடகம் பார்த்துப் போவதும் உண்டு. சிலநேரங்களில் பிறர் சிரமத்தைத் தவிர்க்க இவர்களே அந்த நாடகங்களை தெருவில் அரங்கேற்றுவதும் உண்டு. குழந்தைகளின் நலன்கருதி சமரசம் செய்ய வரும் எவரும் தப்பிச் செல்வது என்பதே பெரும்பாடாகிவிடும். விவரம் தெரியாத வயதில் சிரித்துக் கொண்டும் விவரம் தெரிந்த வயதில் கடிந்து கொண்டும் வாழ்ந்து கொண்டிருந்தனர் குழந்தைகள்.

குழந்தைகளின் மனநிம்மதி, உடல்நலம், படிப்பு, முன்னேற்றம் என்ற எதையும் பொருட்படுத்தாமல் வெறும் பொருட்செலவை

மட்டும் கடமையாக செய்துவிட்டு பெற்றோர்கள் தங்களுக்குள் சண்டையை தொடர்ந்து கொண்டிருந்ததால், தங்களைத் தாங்களே வளர்த்துக் கொள்ள வேண்டிய அவலம் குழந்தைகளுக்கு. அவர்களுக்குள் ஒற்றுமையாகவும் ஒத்தாசையாகவும் இருந்து கொண்டிருந்தனர். ஒருவரைப் பார்த்து ஒருவர் நன்கு படித்தனர். இரண்டாவதாகப் பிறந்த அந்தப் பெண் குடிமைப்பணியைத் தனது வாழ்வின் குறிக்கோளாக வரித்துக்கொண்டார். பெற்றோர்களின் சண்டைகளுக்கும் சச்சரவுகளுக்கும் மரத்துப் போன மனதை தான் கொண்ட இலக்கிற்கானதாக மாற்றிக் கொண்டார். சத்தம் ஓய்ந்த தருணத்தில் அவர் புத்தகத்தில் மாய்ந்து போனார். கூச்சல் குறைந்த நேரத்தில் இவர் பாய்ச்சலுடன் குறிக்கோளில் முன்னேறினார். கவனம் சிதறாத தீர்மானத்தைக் கொண்டு தனது வாழ்வைச் செம்மைப்படுத்திக் கொண்டார். இப்போதும் பெற்றோர்களின் சண்டை சற்றும் குறைந்த பாடில்லை. ஆனால், இவரோ தனது இலக்கை எட்டியதோடு தன்னைப் போல் தேர்வுக்குத் தயார் செய்பவர்களுக்குப் பயிற்சியும் ஊக்கமும் அளித்து வருகிறார். ஊக்கம் என்னும் எரிபொருளைக் கொண்டு உறுதியுடன் எரியும் தீபத்தின் தன்மையை எத்தகைய புயற்காற்றாலும் குலைத்துவிட முடியாது என்பதற்கு இவரது வாழ்க்கையே உதாரணம்.

சுருக்கம்:

1. மனிதனின் தேவைகளைக் கழித்துக் கொண்டே சென்று ஒரு இடத்தில் நிறுத்தினால் அது மனமகிழ்ச்சி என்ற ஒற்றைப் புள்ளியில்தான் முடிவுறும்.
2. அனைத்தும் நன்றாக நடக்கும் என்ற நேர்மறையான நம்பிக்கை தேவையற்ற அச்சங்களைப் போக்கி மனஅமைதியைத் தரும்.
3. ஒருவர் தனது மனசாட்சியுடன் முரண்படுவது தான் எல்லா விதமான மன மற்றும் உடல் நோய்களுக்கான அடிப்படைக் காரணங்களில் ஒன்றாகும்.

◆

15

பயிற்சி வகுப்புகள் தேவையா

அனைத்திற்கும் மேலாக சுய உதவியே ஒருவருக்கான மிகப்பெரிய உதவியாகும்
– புரூஸ் லீ

பயிற்சி வகுப்புகள் என்றால் என்ன? இந்தக் குடிமையியல் தேர்வைப் பற்றிய முழு தகவல்கள் மற்றும் விவரங்களைத் தருவதோடு மட்டுமின்றி தேர்வுக்கான பாடங்களைச் சொல்லித் தருவதோடு அந்த மூன்று கட்டத் தேர்வுகளையும் எப்படி அணுகுவது என்றும் சொல்லித் தருவார்கள். கட்டணங்கள் வேறுபடும்.

பயிற்சி வகுப்புகள் கட்டாயத் தேவையா? அவசியமில்லை என்பதே எனது அனுபவப் பூர்வமான பதில். இருந்தால் நல்லது, இல்லை என்றால் மிகவும் நல்லது என்பது அடுத்த பதில். உங்களுக்கு நேரமிருந்தால் பணவசதி இருந்தால் அதிகபட்சமாக ஒருமுறை பயிற்சி வகுப்புகளில் சேர்ந்து பயனடையலாம். நேரம் மற்றும் பணவசதியில் சிரமம் இருந்தால் நிகழ்நிலை முறையில் (online mode) ஒருமுறை பயிற்சி எடுக்கலாம். இவை இரண்டுமே கைகூடாத நிலையில், தன்கையே தனக்குதவி.

இந்தக் காலத்தில் தகவல்களுக்குப் பஞ்சமில்லை. இணையத்தில் தேவையானது தேவையற்றது என்று அனைத்தும் கிடைக்கின்றன. சொல்லப்போனால், தகவல்கள் மிதமிஞ்சி இருப்பதுதான் மிகப்பெரிய சவாலே.

எப்படி தேவையான தகவல்களை இனம்பிரித்து, திறம்பட உள்வாங்கி, பகுப்பாய்வு செய்து, சேமித்து வைத்து, தேவையான நேரத்தில், தேவையான வடிவத்தில் அவற்றைப் பதில்களாக மாற்றுவது என்பதுதான் வெற்றியின் சூத்திரம்.

நமக்கு எது தெரியும் எது தெரியாது என்பதைத் தெரிந்து வைப்பது மிக கடினமான திறன். தெரிந்ததை தெரியாதது போல் எண்ணி இருப்பதை விட, தெரியாததை தெரிந்தது போல் கருதி இருப்பது மிக ஆபத்தானதாகும். தேர்வில் மதிப்பெண் இழப்பதையும் தாண்டி பணிக்காலத்தில் இத்தகைய போக்கு அலுவலகம், துறை, தேசியம் என்ற பல தளங்களில் மிகுந்த பின்னடைவை ஏற்படுத்தவல்லது.

பெற்றோர் உறவினரை விட்டு வெளியூரில் மனைவி மற்றும் இரண்டு வயது குழந்தையுடன் தங்கி, பொறியியல் கல்லூரியில் முழுநேர விரிவுரையாளராகப் பணியாற்றிக்கொண்டே நான் இந்த தேர்வுக்கு ஆயத்தமானபோது, நேரம், பணம், உறவுகள் என்று எல்லாவற்றிலும் ஒருவித பற்றாக்குறை இருந்தது. அதுதான் என்னையும் தன்கையே தனக்குதவி என்று துணிவுடன் களமிறங்கவைத்தது. ஆயிரக்கணக்கான மாணவர்களுக்குப் பாடம் சொல்லிக் கொடுத்துப் பழகிய எனக்குத் தன்னைத்தானே பயிற்றுவித்துக் கொள்வது எளிதாத கைவந்தது.

ஒரு செயலை மேற்கொள்பவர், ஏற்கெனவே அத்தகைய செயலை செய்தவரின் அனுபவ அறிவைக் கருத்தில் கொள்ளுதல் வேண்டும் என்ற வள்ளுவன் வாக்குபடி இந்தத் தேர்வைப் பற்றிய அனுபவ அறிவு உள்ளவர்களிடம் ஆலோசனை பெறுவது ஒருவரின் தேர்வுக்கான ஆயத்தப் பணியை சற்று எளிதாக்குவது உண்மைதான். அதேசமயத்தில் அத்தகைய வாய்ப்புகள் அனைவருக்கும் கிட்டாத நிலையில், தன்கையை நம்பி களம் காண்பவர் உறுதியாக வெற்றிக்கனியை சுவைக்கிறார் என்பதை,'தெய்வத்தான் ஆகா தெனினும் முயற்சிதன் மெய்வருத்தக் கூலி தரும்'என்ற தனது குறளில் வள்ளுவர் தெளிவுப்படுத்துகிறார்.

வென்றவர் கதை:

நகரத்திலிருந்து அவரது கிராமம் பதினைந்து கிலோமீட்டர் தூரம். எழுநூறு பேருக்கும் குறைவான மக்கள் தொகை கொண்ட ஒரு குக்கிராமம். ஒரு நாளைக்கு இருமுறைதான் பேருந்து வரும். ஆரம்பப் பள்ளிக்கூடம் அருகில் தான்; மேல்நிலைப்பள்ளிக்கு நகரத்திற்குதான் செல்ல வேண்டும். இருந்த சிறிய நிலத்தில் பெற்றோர்கள் விவசாயம் பார்த்து வந்தனர். அந்த வருமானம்தான் மூன்று சகோதரிகளுடன் பிறந்த அவரின் குடும்பத்திற்கான நிதி ஆதாரம். சகோதரிகளுள் இவர்தான் நன்கு படிப்பவர். பத்தாம் வகுப்பு வரை வாழ்க்கை சிக்கல் இல்லாமல் தான் போயிற்று. ஆனால், அந்த வருடம் மழை பொய்த்தது;

நிலம் காய்ந்தது; கடன் வாங்க வேண்டி வந்தது; இறுதியில் நிலம் கையை விட்டுப் போயிற்று. விவசாயம் செய்த அப்பா வேலை தேடி நகரத்திற்குச் சென்றார். கட்டிட வேலையில் உதவிச் சிற்றுண்டிக் கடையில் வேலை என்று பார்த்து கடைசியில் ஒரு அடுக்குமாடிக் குடியிருப்பில் இரவு காவலாளி வேலை கிடைத்தது.

அக்காக்கள் படிப்பை பாதியில் நிறுத்தி விட இவர் பெற்றோரிடம் அடம் பிடித்து கல்லூரி வரை சென்றார். அங்கு, அவரது பேராசிரியரின் அறிவுறுத்தலும் ஊக்கமும் இவரை குடிமையியல் பணிக்கான தேர்வை எழுதத் தூண்டியன. அவரது அசாத்திய அறிவுக்கூர்மையும் அயராத பயிற்சியும் அவரது முதல் முயற்சியிலேயே அவருக்கு வெற்றியை ஈட்டிக் கொடுத்தன. அன்று கல்லூரியைத் தொடுவதே நிச்சயமில்லை என்ற நிலை போய் இன்று குடிமையியல் தேர்வுக்குத் தயாராகும் எத்தனையோ பேரின் முன்மாதிரி விளங்குகிறார் இவர்.

சுருக்கம்:

1. பயிற்சி வகுப்புகள் கட்டாயத் தேவையா? அவசியமில்லை என்பதே எனது அனுபவப் பூர்வமான பதில்.
2. தேவையான தகவல்களை இனம்பிரித்து, திறம்பட உள்வாங்கி, பகுப்பாய்ந்து, சேமித்து, தேவையான நேரத்தில், தேவையான வடிவத்தில் பதில்களாக மாற்றுவதுதான் வெற்றியின் சூத்திரம்.
3. தெரிந்ததை தெரியாதது போல் எண்ணி இருப்பதை விட, தெரியாததை தெரிந்தது போல் கருதி இருப்பது மிக ஆபத்தானதாகும்.

◆

16

நூல்கள் மற்றும் கையேடுகள்

வெற்றியாளர்கள் வித்தியாசமான செயல்களைச் செய்வதில்லை. அவர்கள் சாதாரணமான செயல்களை வித்தியாசமாகச் செய்கிறார்கள் – ஷிவ் கெரா

ஒவ்வொரு பாடத்திற்கும் தேவையான நூல்களும் கையேடுகளும் தேவைக்கும் அதிகமான வகையில் கடைகளில் கிடைக்கின்றன.

இந்தியா முழுவதும் ஒருசில மாற்றங்களைத் தவிர இந்தப் பட்டியல் ஏறக்குறைய ஒன்றுபோலத்தான் இருக்கிறது. தேர்வுக்கு ஆயத்தம் செய்பவர் அனைவரும் கிட்டத்தட்ட ஒரே மாதிரியான நூல்களையோ கையேடுகளையோ தான் பயன்படுத்துகிறார்கள்.

பாடங்களைப் புரிந்து கொள்ளும் விதமும் அதனை விடைகளாக மாற்றும் திறனும்தான் வித்தியாசத்தைக் கொடுக்கின்றன.ஒவ்வொரு பாடத்திற்கும் ஒன்றுக்கும் மேற்பட்ட புத்தகங்களை வாங்குவது பெரும்பாலும் உதவுவதில்லை. ஒரு புத்தகத்தை ஒழுங்காக உள்வாங்கி படிப்பது நன்று. அந்தப் புத்தகத்தில் விடுபட்ட தலைப்புகளை வேறு புத்தகங்களைப் புரட்டிப் படித்துக் கொள்ளலாம்.

தினசரி செய்திகளுக்கு நடுநிலையான செய்தித்தாள் ஒன்றைப் பின்தொடரலாம். வெவ்வேறு செய்தித்தாள்களின் முக்கியமான செய்திகளை சேர்த்து கதம்பம் போல சில இதழ்கள் வெளிவருகின்றன; அவற்றில் ஒன்றிரண்டை தொடர்ந்து படித்து வருவது எந்தச் செய்தியை எப்படி படிப்பது என்று வழிகாட்டி, தயாரிப்பைச் செம்மையாக்கும். எந்த ஒரு செய்தியை படிக்கும்போதும், ஆங்கிலத்தில் *WH Questions* என்று கூறப்படும் *What. Wher, When, Why, Who, Whom, How, Howmeny, Howmuch, Howfar* ஆகிய கேள்விகளுக்கு விடைத்தேடி படிப்பது மிகுந்த அனுகூலத்தை தரவல்லது.

உடல்நிலை மிகவும் மோசமடைந்த நிலையில் தனது சொத்துக்களை சரிபாதியாய் பிரித்து தனது இரண்டு மகன்களிடம் கொடுத்தார் அந்தத் தந்தை. அவற்றை அவர்கள் விருப்பப்படி செலவு செய்யலாம் என்றும் ஒரு சில மாதங்களுக்குப் பிறகு தன்னை வந்து சந்திக்குமாறும் கூறினார். சில மாதங்களுக்குப் பிறகு திரும்பி வந்த அந்த இருவரில் ஒருவன் தனது சொத்தை பன்மடங்கு பெருக்கியதோடு இல்லாதவர்களுக்கும் உதவி செய்து நற்பெயரோடு வந்தான். மற்றவனோ தீய பழக்கங்களில் சிக்குண்டு தனது சொத்தையும் இழந்ததோடு ஊர் முழுதும் வாங்கிய கடனோடும் வந்தான். வேடிக்கை என்னவென்றால் சொல்லிவைத்தமாதிரி இருவருமே தங்களது தற்போதைய நிலைக்கு தங்களது தந்தை தந்த சொத்தே காரணம் என்றனர்.

புத்தகம் என்னவோ ஒன்றுதான். அதனைச் செம்மையாகப் பயன்படுத்தி வெற்றியை ஈட்டுவதோ அல்லது நழுவ விடுவதோ படிப்பவர் கைகளில் இருக்கிறது. பயன்படுத்துபவர்களைப் பொருத்தே பயன்பாடும் அமைகிறது.

வென்றவர் கதை:

அவரது குடும்பம் மிகவும் ஏழ்மையானதுதான். ஆட்டோ ரிக்ஷா ஓட்டுநரான அப்பாவின் சொற்ப வருமானம் மட்டுமே ஒரே நிதிஆதரவு. சகோதர்களின் பள்ளிப் படிப்பை பாதியிலேயே நிறுத்தியாகி விட்டது. சகோதரிகளுக்கு சிறுவயதிலேயே படிப்பு நிறுத்தப்பட்டு திருமணமும் செய்து வைக்கப்பட்டது. அவரின் படிப்பைக்கூட இடைநிறுத்த அவர் பெற்றோர் செய்த முயற்சி பள்ளி ஆசிரியர்களின் அறிவுறுத்தலால் தோற்றுப்போனது. பணம்தான் குறையே தவிர படிப்புக்கோ அறிவுக்கோ கொஞ்சமும் குறைவில்லை. பள்ளியிலும் கல்லூரியிலும் அவர் பெற்ற நல்ல மதிப்பெண்களே அதற்கு சாட்சி. கல்லூரி படிப்புடனே குடிமையியல் தேர்வுக்கான பயிற்சியையும் தொடங்கி மூன்று ஆண்டுகள் கடுமையான உழைப்பில் சாத்தியமானது அவரது கனவு. தேசிய அளவில் மிக இளம்வயதில் இந்தத் தேர்வில் தேறியவராக வரலாறு படைத்து இந்திய ஆட்சிப்பணியில் இணைந்தார். வறுமையால் அவரது குறிக்கோளை சிறுமைப்படுத்திட முடியவில்லை; பணமின்மையால் அவரது கனவின் வன்மையை பலவீனமாக்கிட முடியவில்லை; வாழ்வின் சோதனைகளை தனக்கான சாதனைகளாக்கிய சரித்திர நாயகன் அவர்.

சுருக்கம்:

1. தேர்வுக்கு ஆயத்தம் செய்பவர் அனைவரும் கிட்டத்தட்ட ஒரே மாதிரியான நூல்களையோ கையேடுகளையோ தான் பயன்படுத்துகிறார்கள்.
2. பாடங்களைப் புரிந்து கொள்ளும் விதமும் அதனை விடைகளாக மாற்றும் திறனும்தான் வித்தியாசத்தைக் கொடுக்கின்றன.
3. வெற்றியாளர்கள் வித்தியாசமான செயல்களைச் செய்வதில்லை. அவர்கள் செயல்களை வித்தியாசமாகச் செய்கிறார்கள்.

◆

17.

சோம்பல் தவிர்ப்போம்

சோம்பேறித்தனம் கவர்ச்சிகரமானதாகத் தோன்றலாம், ஆனால் வேலையை ஒழுங்காக செய்வதுதான் திருப்தியைத் தருகிறது– ஆன் பிராங்க்

ஆன் பிராங்க் கூறுவதைப் போல தற்காலிக இன்பம் தரும் சோம்பலை ஒதுக்கி விட்டு நீடித்த நன்மையைத் தரும் உழைப்பைக் கைக்கொள்வதே சிறந்தது.

இங்கு ஒருவர் உண்மையில் போட்டியிடுவது தன்னுடன் மட்டும்தான். மற்றவர்களின் நிறைகுறைகள் நம் கைகளில் இல்லாத நிலையில், ஒருவர் தன்னை மட்டுமே கட்டுப்படுத்த முடியும். இதற்குப் பெரும் தடையாக இருப்பது ஒருவரின் சோம்பலேயாகும்.

அந்த அழகான காட்டில், ஒரு கடினமாக உழைக்கும் எறும்பும், ஒரு சோம்பேறி வெட்டுக்கிளியும் வாழ்ந்தன. கோடை காலம் வந்ததும், எறும்பு நாள்முழுவதும் உணவை சேகரித்து கடினமாக உழைத்தது. அதேநேரம், வெட்டுக்கிளி பாடியும், ஆடியும், சுற்றித் திரிந்துகொண்டே இருந்தது. ஒரு நாள், வெட்டுக்கிளி எறும்பிடம் கேலியாகச் சிரித்து, ஏன் இவ்வளவு கடுமையாக உழைக்கிறாய்? இளவெயில் சுகமாக இருக்கிறது; வந்து என்னோடு ஆடிப்பாடு என்றது. கோடைக்குப் பிறகு வரும் மழைக் காலத்திற்காக நான் உணவு சேமிக்கிறேன் என்றது எறும்பு. வெட்டுக்கிளியோ அதைப் பிறகு பார்த்துக்கொள்ளலாமே என்று கேலியாக சிரித்தது.

விரைவில் மழைக் காலம் வந்தது. குளிர் காற்றும், மழைத் தூறலும் தொடங்கின. எறும்பு தன் வீட்டில் சேமித்திருந்த உணவைச் சாப்பிட்டு வசதியாக இருந்தது. ஆனால் வெட்டுக்கிளியின் நிலையோ என்னவாயிருக்கும் என்று சொல்லித் தெரியவேண்டியதில்லை.

சோம்பல் தவிர்த்து, நேரம் வாய்க்கும் தருணத்தில் உழைத்து இலக்கை நோக்கி நகர வேண்டும் என்பதே இங்கு பாடம்.

உலகையே ஆள்பவரின் உறவு கிடைத்தாலும் கூட, சோம்பலை உடையவர்களுக்கு அதனால் பயனேதும் இல்லை என்றும், எவ்வளவு பெருமை வாய்ந்தவராய் இருப்பினும் சோம்பலுக்கு இடம் கொடுத்தால் அவரது வாழ்வின் செழுமை மங்கி மறைந்து விடும் என்றும் சோம்பலின் கேட்டினை இடித்துரைக்கிறார் வள்ளுவர்.

முயற்சி ஒருவருக்கு அனைத்து விதமான செல்வங்களையும் பெற்றுத் தரும்; முயற்சியின்மையோ ஒருவரது வாழ்வில் வெறுமையை ஏற்படுத்தி விடும். முயற்சி உடையவரது வாழ்வில் அனைத்து விதமான வளங்களும் குவிந்திருக்கும்; சோம்பல் உடையவரது வாழ்வில் அனைத்து விதமான அவப்பேறுகளும் நிறைந்திருக்கும் என்று சோம்பலின் கேட்டினையும் முயற்சியின் சிறப்பையும் எடுத்துரைக்கிறார். மேலும், காலம் தாழ்த்துதல், மறதி, சோம்பல், அளவுக்கு மீறிய தூக்கம் ஆகிய நான்கும், கெடுகின்ற இயல்புடையவர் விரும்பி ஏற்கும் பழக்கங்களாகும் என்கிறார் வள்ளுவர்.

வென்றவர் கதை:

துணிக்கடையில் மேற்பார்வையாளராக வேலை பார்த்த அப்பாவின் சொற்ப சம்பளம் தான் வீட்டின் வருமானம். சிறுவயதிலிருந்தே குடும்பச் சூழ்நிலையை உணர்ந்து பொறுப்புடன் படித்த அவர் நல்ல மதிப்பெண்களுடன் தகுதி அடிப்படையில் பொறியியல் கல்வி பயில்கிறார். பட்டம் வாங்கிய பிறகு மிகக் குறைந்த ஊதியத்தில் ஒரு வேலை கிடைக்கிறது. அந்த வேலையின் தன்மை அவர் குடிமையியல் தேர்வு எழுதுவதற்குத் தூண்டுகோலாய் அமைகிறது.

பணியில் கடுமையான உழைப்பு; தேர்வுக்கான பயிற்சியில் அதனினும் கடுமையான உழைப்பு. உண்ணுவது உழைப்பது உறங்குவது என்று எல்லாவற்றிலும் நேரத்தை சேமிக்கிறார். இரண்டு முறை அவரது முயற்சியில் தோற்றாலும் அயர்ச்சியின்றி கடுமையாகப் போராடுகிறார். எண்ணியவாறு வெற்றிக்கனியை எட்டிப் பறிக்கிறார். வறுமையோ, வேலையின்மையோ, நேரமின்மையோ எதுவும் தன்னை சோர்வடைய அவர் அனுமதிக்கவேயில்லை. பிறப்பதும் வாழ்வதும் ஒருமுறைதான்; இதில்தான் நமது குறிக்கோளை நாம் நிறைவேற்றிக்

கொள்ள வேண்டும். இழந்த நேரத்தை என்றுமே ஒருவர் பெறப் போவதில்லை.

சுருக்கம்:

1. உலகையே ஆள்பவரின் உறவு கிடைத்தாலும் கூட, சோம்பலை உடையவர்களுக்கு அதனால் பயனேதும் இல்லை
2. சோம்பல் உடையவரது வாழ்வில் அனைத்து விதமான அவப்பேறுகளும் நிறைந்திருக்கும்
3. காலம் தாழ்த்துதல், மறதி, சோம்பல், அளவுக்கு மீறிய தூக்கம் ஆகிய நான்கும், கெடுகின்ற இயல்புடையவர் விரும்பி ஏற்கும் பழக்கங்களாகும்.

◆

18

நிதி, உறவு மேலாண்மை

நீங்கள் போற்ற வேண்டியது உங்கள் உடைமைகளை அல்ல, உங்கள் உறவுகளையே – ஆண்டனி ஜே.டி.ஏஞ்சலோ

இந்த தேர்வுக்குத் தயாராவதற்கு எவ்வளவு பணம் தேவைப்படும் என்பது கிட்டத்தட்ட அனைவருமே தெரிந்து கொள்ள விரும்பும் ஒன்று. அத்தியாவசியமானது புத்தகம் வாங்க ஆகும் சில ஆயிரம் செலவு மட்டுமே. மற்றவையெல்லாம் அவரவர் தேவையைப் பொருத்து மாறுபடும். முதலாவதாக, பள்ளி கல்லூரி படிப்பைப் போல ஒரு வருடம் இந்தத் தேர்வுக்கென்று தனியாக முழுநேரம் நோக்கம் ஆற்றல் ஆகியவற்றைச் செலவிடலாம். பெற்றோர் அல்லது குடும்பத்தினரின் பொருளாதார ஆதரவு கிடைத்தால் நலம்.

அடுத்ததாக, தனக்கென்று குறைந்தபட்ச தேவைக்கு ஒரு வேலையைத் தேடிக் கொண்டு படித்தால் பொருளாதார சுதந்திரம் கிடைக்கும். ஆனால், வேலைக்குத் தேவையான நேரத்தையும் அங்கு நிலவும் சூழலையும் சமாளிக்க வேண்டும்.

இங்குதான் உறவு மேலாண்மையின் அவசியம் உணரப்படுகிறது. குடும்பம், நட்பு, கல்லூரி, அலுவலகம், சமூகம் என்று அனைத்து வட்டங்களிலும் இணக்கமான உறவைப் பேணுவது அவசியமாகிறது. நம்பகமான உறவுகளிடம் உங்களது குறிக்கோளையும் அதனையொட்டிய உங்களது முன்னெடுப்புகளையும் எடுத்துக் கூறி அவர்களின் ஆதரவுடன் பணிப்பது அனுகூலம் தரவல்லது.

அதேவேளையில், நம்பகமற்ற எதிர்மறை உறவுகளிடம் விலகி இருப்பதே மிகுந்த அனுகூலத்தைத் தரவல்லது. நெருங்கிய உறவுகளின் அப்போதைக்குத் தீர்க்கமுடியாத சிக்கல்களைத் தலையிலேற்றிக் கொண்டு உணர்ச்சி வயப்பட்டு வருந்தி நீங்களும் வீழ்வதைவிட, தேர்வின் தயாரிப்பில் கவனம் குவித்து உங்கள் குறிக்கோளில்

வெற்றியடைந்தபின் எத்தகைய சிக்கல்களையும் அறிவுபூர்வமாகக் கையாள்வதில் தேர்ந்த நிலைக்கு வந்துவிடுகிறீர்கள். இத்தகைய எண்ணமே உங்களுக்கு ஒருவித மனநிம்மதியை அளித்து படிப்பில் ஊக்கம் கொள்ளச் செய்யும்.

ஒரு காலத்தில், ஒரு காட்டில் நான்கு நண்பர்கள் வசித்து வந்தனர். ஒரு மான், ஒரு காகம், ஒரு ஆமை மற்றும் ஒரு எலி. அவர்கள் மிகவும் நல்ல நண்பர்களாக இருந்தனர், மேலும் பெரும்பாலான நேரத்தை ஒன்றாகக் கழித்தனர். ஒரு நாள், ஒரு வேட்டைக்காரன் தங்களை நோக்கி வருவதைக் கண்டார்கள். அவர்கள் அனைவரும் பயந்துபோய் தங்கள் உயிரைக் காப்பாற்ற ஓடினார்கள். காகம் அருகிலுள்ள மரத்தின் மிக உயரமான கிளைக்குப் பறந்தது; மான் வேகமாக ஓடி புதர்களுக்குள் ஒளிந்து கொண்டபோது எலி அருகிலுள்ள குழியில் ஒளிந்தது. இருப்பினும், ஆமையால் ஒளிந்து கொள்ளவோ ஓடவோ முடியவில்லை; இறுதியில் வேட்டைக்காரனால் பிடிக்கப்பட்டது. வேட்டைக்காரன் அதை தனது சாக்கில் வைத்துவிட்டுச் சென்றான்.

பின்னர் மூன்று நண்பர்களும் ஆமையைக் காப்பாற்ற ஒரு திட்டத்தை யோசித்தனர். வேட்டைக்காரனைக் கண்டுபிடிக்க காகம் உயரமாகப் பறந்தது, மான் அவனைப் பின்தொடர்ந்தது. வேட்டைக்காரனைக் கண்டுபிடித்தவுடன், மான் வேறு வழியில் அவனை முந்திச் சென்று சிறிது தூரத்தில் இறந்துவிட்டதைப் போல் நடித்து அசையாமல் கிடந்தது. வேட்டைக்காரன் மானைப் பார்த்து, அதை நோக்கி ஓட தனது சாக்கைக் கீழே போட்டான். இதற்கிடையில், எலி அந்த இடத்திற்கு வந்து ஆமையை விடுவிக்க சாக்கை பற்களால் கடித்தது. மறுபுறம், வேட்டைக்காரன் அருகில் வந்தவுடன் மான் அடர்ந்த காட்டுக்குள் ஓடிவிட்டது. என்ன நடந்தது என்று வேட்டைக்காரன் அதிர்ச்சியடைந்து, தான் சாக்கைப் போட்ட இடத்திற்குத் திரும்பினான். ஆச்சரியப்படும் விதமாக, சாக்கு காலியாக இருந்தது; ஆமையும் காணவில்லை. அவன் வீடு திரும்பியது வெறும் கையுடன்தான். நான்கு நண்பர்களும் தப்பித்ததைக் கொண்டாடினர். நட்பு, சுற்றம், ஆகியவற்றின் இன்றியமையாமையை விளக்குகிறது இந்த நீதிக்கதை.

தான் வாழும் சமூகத்தோடு இயைந்த வாழ்வை மேற்கொள்ளத் தெரியாதவர், எவ்வளவு கற்றறிந்த அறிஞரானாலும் அறிவிலாதவரே ஆவர் என்கிறார் வள்ளுவர். மேலும், இன்சொல் பேசுவதும் ஈட்டிய செல்வத்தை பகிர்வதுமாகிய இரண்டு நற்குணங்கள் உடையவரை

பலவகையான சுற்றத்தார் எப்பொழுதும் அன்புடன் சூழ்ந்திருப்பர் என்கிறார்.

ஒருவருடைய குணம், குடும்பம், குற்றம், சுற்றம் ஆகியவற்றை ஆய்ந்தறிந்து அவரோடு நட்பு கொள்ள வேண்டும்; தவறைச் சுட்டிக் காட்டி, கடும் சொற்களால் கண்டித்து நல்வழியில் செல்ல அறிவுரை கூறும் ஆற்றலுடையவரை ஒருவர் நட்பாகக் கொள்ள வேண்டும்; தீய எண்ணம் இல்லாதவருடன் மட்டுமே ஒருவர் நட்பை ஏற்படுத்திக்கொள்ள வேண்டும்; தீய எண்ணம் உள்ளவருடன் அறியாமல் ஏற்படுத்திக்கொண்ட நட்பை ஒருவர் எந்த விலை கொடுத்தாவது விட்டுவிட வேண்டும் என்று நட்பை ஏற்படுத்திக் கொள்ளும் வழிவகைகளை விளக்குகிறார்.

தன்னைத் தானே தனிமைப்படுத்திக் கொள்ளும் வகையில் பலருடைய பகையையும் ஒருங்கே தேடிக் கொள்ளும் ஒருவர், மனநலம் குன்றியவரைவிட அறிவில் குறைந்தவராகக் கருதப்படுவார் என்று பகையின் தீமைகளை எடுத்தியம்பும் வள்ளுவர், உட்பகைக்கு அஞ்சி ஒருவர் தன்னைக் காத்துக்கொள்ள வேண்டும்; ஏனெனில் பச்சை மண்கலத்தை அறுக்கும் கருவி போல உட்பகை தளர்ச்சியான நேரத்தில் ஒருவரை அடியோடு அழித்து விடும் என்றும் எச்சரிக்கிறார்.

வென்றவர் கதை:

கல்லூரி மேற்படிப்பு வரை பெற்றோர் செலவு செய்தது போதும்; இனிமேல் சொந்த காலில் நின்றே தீர்வது என்ற உறுதி. வேலை ஒன்றைத் தேடிக்கொண்டப் பிறகு குறிக்கோளில் கவனம் செலுத்தலாம் என்று முடிவெடுக்கிறார். வேலை கிடைத்த பிறகும் இலக்கை நோக்கிய முயற்சி தள்ளிச் சென்று கொண்டே இருக்கிறது. வாழ்வில் ஒரு வசந்தம்; காதல் வயப்படுகிறார். குறிக்கோள், காதல் இரண்டுமே முக்கியம். ஒன்றாய்ப் பயணப்படுவதே அறிவுப்பூர்வமானது என்று முடிவெடுத்து திருமணமாகிறது.

இருவர் ஒருவரானதும் இலக்கின் பாரமும் இலகுவாகிறது. இணையரும் தனது எதிர்பார்ப்புகளைக் குறைத்துக்கொண்டு தோள் கொடுக்கிறார். பொதுவான புதுமணத் தம்பதியினரின் இயல்பான கேளிக்கைகள், ஊர் சுற்றுவது என்று எதுவுமில்லை. வீடு, குடும்பம், குழந்தை என்று எதன் பொருட்டும் கவனம் சிதறாவண்ணம் அனைத்தையும் பார்த்துக் கொள்கிறார் மனைவி. அனைத்திற்கும் மேலாக படிப்பதற்கான சூழலையும் மன நிம்மதியையும் ஏற்படுத்தித் தருகிறார். கைக்குழந்தை கதவைத் தட்டி அழுதும்கூட அவர் படிக்கும் அறைக்கதவு திறக்க வில்லை. கடும் உழைப்பு; வேலை விட்டு

வந்தவுடனே தேர்வுக்கான தயாரிப்பு; வேலையிலும் எவரிடமும் தேவையற்ற பேச்சில்லை; நேரத்தை மிச்சப்படுத்தி படிப்பதே அனுகூலம். போய்வர நான்கு மணிநேரம் ஆகுமென்பதால் பயிற்சி வகுப்பும் சாத்தியப்படவில்லை. ஆன்லைன் பயிற்சியில் குறிப்புகளும் மாதிரி தேர்வுத்தாள்களும் பெற்று ஓரளவு தன்னைத் தயார்படுத்திக் கொள்கிறார். முதல் முறை விண்ணப்பம் தவறிப்போகிறது; துவண்டுவிடவில்லை அவர். அதுவும் நன்மைக்கே என்று அனுகூலமாகக் கருதிக்கொண்டு அடுத்தமுறை தேர்வெழுதி தேர்வாகிறார்.

தற்பொழுது இந்திய அயலகப் பணியில் இருக்கும் அவர் தனது குடும்பத்துடன் நாடு நாடாகப் பயணிக்கிறார். தேர்வுத் தயாரிப்பின் போது பக்கத்து ஊருக்கு கூடப் போகமுடியாமல் படித்தவர் இப்போது கண்டங்களைச் சுற்றி வருகிறார். நன்மை கருதி நாம் தவிர்க்கும் எதுவும் இழப்பல்ல; அவை பன்மடங்கு அதிகமாகத்தான் நமக்குத் திரும்ப கிடைக்கும். வேலை, திருமணம், குழந்தை என்று எதுவும் நமது குறிக்கோளை கடினமாக்கும் சுமையல்ல; எதையும் நாம் பார்க்கும் விதமும், கையாளும் திறனும்தான் தீர்மானிக்கின்றன-சுமையா? சுகமா? என்பதை.

சுருக்கம்:

1. நம்பகமானஉறவுகளிடம் குறிக்கோளையும் அதனையொட்டிய முன்னெடுப்புகளையும் எடுத்துக் கூறி அவர்களின் ஆதரவுடன் பணிப்பது அனுகூலம் தரவல்லது.
2. நம்பகமற்ற எதிர்மறை உறவுகளிடம் விலகி இருப்பதே மிகுந்த அனுகூலத்தைத் தரவல்லது
3. இன்சொல் பேசுவதும் ஈட்டிய செல்வத்தைப் பகிர்வதுமாகிய இரண்டு நற்குணங்கள் உடையவரை பலவகயான சுற்றத்தார் எப்பொழுதும் அன்புடன் சூழ்ந்திருப்பர்.

◆

19

நேர மேலாண்மை

மிகவும் முக்கியமானது உங்கள் அட்டவணையில் உள்ளதை முன்னுரிமைப்படுத்துவது அல்ல, உங்கள் முன்னுரிமைகளைத் திட்டமிடுவதேயாகும் – ஸ்டீபன் ஆர். கோவி.

இப்படியாக பல்வேறு வழிகளில் விரயமாகும் உங்கள் நேரத்தை சேமிக்கும் திறமையை நேர நிர்வாகம் கற்றுத் தருகிறது. அடிப்படையில், நேரம் என்பது நெகிழ்வுத் தன்மை உடையது. கவனத்தைக் கூர்மையாக்குவது, வேகமாகப் படிப்பது, விரைவாகப் புரிந்து கொள்வது, தேவையற்ற பேச்சுகளையும் செயல்களையும் தவிர்ப்பது, தினசரி செய்யும் வழக்கமான வேலைகளை விரைவாக செய்வது, கல்லூரி அலுவலகம் மற்றும் தேர்வு தயாரிப்பு வேலைகளை ஒழுங்கமைக்கப்பது, ஒவ்வொரு வேலைக்கான உகந்த நேரத்தைத் தருவது, பயண நேரங்களிலும் கட்டாயமாகக் காத்திருக்க வேண்டிய இடங்களிலும் படிப்பது அல்லது படித்ததை ஒலி நாடாவில் கேட்பது, நடந்து கொண்டே படிப்பது ஆகியவை நேர விரயத்தைக் குறைத்து தினசரி ஒரு குறிப்பிட்ட மணி நேரங்களை உங்களுக்கு ஈட்டித் தரும்.

ஆசிரியர் ஒரு அகன்ற வாயுடைய கொள்கலனில் (ஜாடி) முதலில் பெரிய கற்களை இட்டு நிரப்புகிறார். கலன் நிரம்பிவிட்டதாக மாணவர்கள் கூறுகின்றனர். ஆசிரியர் இப்போது சிறிய கூழாங்கற்களை கலனில் இடுகிறார். கலன் நிரம்பிவிட்டதாக மாணவர்கள் இப்போதும் கூறுகின்றனர். ஆசிரியர் இப்போது மணலை இட்டு கலனை நிரப்புகிறார். கலன் இப்போது உறுதியாக நிரம்பிவிட்டதாக மாணவர்கள் கூறுகின்றனர். ஆனால் ஆசிரியர் இப்போது கலனில் தண்ணீரை ஊற்றி நிரப்புகிறார். எப்படி முக்கியமான மற்றும் கடினமான வேலைகளுக்கு முன்னுரிமை அளிக்கப்பட வேண்டும், எவ்வாறு கிடைக்கும் நேரத்தில் நிறைய வேலைகளுக்கு இடம்தர

முடியும் என்று விளக்கமளிக்கிறார் ஆசிரியர். உங்கள் பெரிய கற்களை (குறிக்கோள், உடல்நலம், குடும்பம்) முதலில் திட்டமிடுங்கள். அவை உங்கள் உற்பத்தித்திறனையும் நோக்கத்தையும் வரையறுக்கின்றன. மீதமுள்ள நேரத்தை நிரப்ப சிறிய பணிகள் (தினசரி மின்னஞ்சல்கள், சமூக ஊடகங்கள்) எப்போதும் விரிவடையும், ஆனால் நீங்கள் வரிசையை மாற்றினால், முக்கிய முன்னுரிமைகள் புறக்கணிக்கப்படும் என்பதே இங்கு பாடம்.

செயலின் தேவையைப் பொருத்து, காலந்தாழ்த்தி செய்ய வேண்டியவற்றைத் தாமதமாகவும், காலம் தாழ்த்தாமல் செய்ய வேண்டியவற்றை உடனடியாகவும் செய்தல் வேண்டும் என்று முன்னுரிமையின் அவசியத்தை அறிவுறுத்துகிறார் வள்ளுவர்.

சாதக பாதகங்களை ஆராய்ந்து ஒரு செயலைச் செய்ய துணிந்த பிறகு, அதனைச் செய்யாமல் காலம் தாழ்த்துவது தீமையை விளைவிக்கும் என்று தள்ளிப்போடும் தீயகுணத்தை சாடுகிறார் வள்ளுவர்.

வென்றவர் கதை:

பள்ளியிலிருந்து வந்தவுடன் சிறிது நேரம் விளையாடி விட்டு வீட்டுப்பாடம் செய்வது பெரும்பாலான குழந்தைகளின் வழக்கம். ஆனால் அந்தப் பெண் வீட்டுப்பாடம் செய்ய அமரும்போது ஊர்உறங்கிவிடும். அவ்வளவு நேரம் விளையாடிக் கொண்டிருந்தாரா என்றால், இல்லை. அவரது முதல் வீட்டுப்பாடமே வீட்டின் கால்நடைகளை ஊருக்கு வெளியே மேய்ச்சலுக்கு அழைத்துச் சென்று காத்திருந்து திரும்பவும் வீட்டுக்குக் கூட்டி வருவதுதான். அவர் ஊருக்கு வந்து சென்ற ஒரு பெண் *IAS* அதிகாரியைப் பார்த்ததிலிருந்தே தானும் அவர்ப்போல ஒரு அதிகாரியாகி சமூகத்தில் முக்கியமான ஆளுமையாக மாற வேண்டும் என்று மனதில் உறுதி கொண்டார்.

கல்லூரிக் காலங்களிலும் தொடர்ந்த இந்த தினசரிப் பணிச்சுமைகளையும் அவை தந்த இன்னல்களையும் தாண்டித்தான் அவர் தனது குறிக்கோளுக்கான நேரத்தை வகுத்துக் கொண்டார். இப்படியாக தனது தொடர் முயற்சி மற்றும் அயராத பயிற்சியின் மூலம் வெற்றியை தனதாக்கிக் கொண்டார். வறுமையின் கோரப்பிடி தன்னை இறுக்கிய போதெல்லாம் தனது குறிக்கோளையே கவசங்களாக்கித் தன்னைத் தற்காத்துக் கொண்டார். ஏழ்மையின் தீநாக்குகள் பொசுக்க

முனைந்த போதெல்லாம் ஊக்கத்தை வெள்ளமென பாய்ச்சி தனது கனவுகளைப் பேணிப் போற்றிக் கொண்டார்.

சுருக்கம்:

1. முக்கியமானது, அட்டவணையில் உள்ளதை முன்னுரிமைப் படுத்துவது அல்ல, முன்னுரிமைகளைத் திட்டமிடுவதேயாகும்.
2. அடிப்படையில், நேரம் என்பது நெகிழ்வுத் தன்மை உடையது.
3. செயலின் தேவையைப் பொருத்து, காலந்தாழ்த்தி செய்ய வேண்டியவற்றைத் தாமதமாகவும், காலம் தாழ்த்தாமல் செய்ய வேண்டியவற்றை உடனடியாகவும் செய்தல் வேண்டும்.

◆

20

விருப்ப / பொழுதுபோக்கு வேலைகளைத் தேர்ந்தெடுங்கள்

பொது வாழ்வில் ஈடுபடும் ஒருவர் தனக்கென ஒரு பொழுதுபோக்கை ஏற்படுத்திக் கொள்வதும், புதிய வகையான விருப்பவேலைகளை வளர்த்துக் கொள்வதில் ஆர்வம் செலுத்துவதும் மிகவும் முக்கியத்துவம் வாய்ந்ததாகும் – வின்ஸ்டன் சர்ச்சில்

அடிப்படையில் விருப்பவேலை என்பது உங்களது மனதிற்கு மிகவும் பிடித்தமானதும், கொஞ்சமும் சிதறாமல் கவனத்தைக் குவிக்கக்கூடியதும், உங்களது குறிக்கோளுக்கு ஆக்கபூர்வமான பங்களிப்பைத் தருவதுமான ஓய்வு நேர வேலைகளாகும். அதே வேளையில், பொழுதுபோக்கு என்பது நோக்கத்தையும் ஆக்கத்தையும் பற்றி கவலையுறாமல், வெறுமனே நேரத்தை மனமகிழ் வேலைகளில் செலவழிப்பது. முன்னது நேரத்தை ஆக்கப்பூர்வமானதாக மாற்றுவதோடு நிரந்தர மனமகிழ்ச்சியையும் தரும். பின்னதோ நேரத்தை விரையம் செய்வதோடு தற்காலிக மனமகிழ்ச்சியை மட்டுமே தரும்.

ஒருவிதத்தில் ஒன்றிரண்டு ஓய்வு நேர விருப்ப வேலைகளைப் பழக்கிக் கொள்வது நமது உபரியான நேரத்தை ஆக்கபூர்வமானதாக மாற்றுவதற்கும் தொடர் தேர்வு ஆயத்தத்திலிருந்து ஒரு மாற்றத்தைத் தந்து மனதை மீண்டும் புத்துணர்ச்சி கொள்ள செய்வதற்காகவும்தான்.

நேர்முகத் தேர்வில் நிதானமாக உரையாடுவதற்கு உங்களது ஓய்வு நேர விருப்ப வேலைகளைப் பற்றிய கேள்விகள் கேட்கப்படுவதுண்டு. பணியில் இணைந்த பிறகு பணிச்சுமைகள் சவால்களைத் தாண்டி உங்களைப் புத்துணர்ச்சியுடன் வைப்பதில் ஓய்வு நேர விருப்ப வேலைகளுக்கு பெரும்பங்குண்டு.

ஓய்வு நேர விருப்ப வேலைகளை ஆக்கம் தருபவை, ஊக்கம் தருபவை என இருவகைகளாகப் பிரிக்கலாம். புத்தகம் படித்தல், இணையத்தில் பொழுதுபோக்கு மற்றும் தகவல் இணைந்த சேவை அமைப்பில் (Infotainment) நேரம் செலவிடுவது, சமூக சேவைகளில் ஈடுபடுவது ஆகியவை ஆக்கத்தைத் தந்து நேரடியாக உங்களது தேர்வுக்குப் பயன்படுபவை. விளையாட்டுகளில் ஈடுபடுதல், ஓவியம் வரைவது, இசை வாத்தியங்கள் பழகுவது போன்றவை ஊக்கம் தந்து புத்துணர்ச்சியைத் தரவல்லவை.

உங்கள் எல்லா சக்திகளையும் உற்சாகப்படுத்தும் விருப்ப வேலைகளில் முக்கியமாக ஆர்வம் காட்டுவதிலிருந்தே மிகப்பெரிய மகிழ்ச்சி கிடைக்கிறது என்று இங்கிலாந்துக்கான அமெரிக்கத் தூதராக இருந்த வால்டர் அன்னன்பெர்க் கூறியதைப் போல முழுமையான உற்சாகத்தையும் மகிழ்ச்சியையும் தரவல்ல விருப்ப வேலைகளை சிறுவயதிலிருந்தே தேர்ந்து பழகி வருவது நலம்.

வென்றவர் கதை:

தனக்கு எப்படி எப்போது திக்குவது ஆரம்பித்தது என்பது அவர் மனதில் எப்போதும் இருந்து கொண்டிருக்கும் கேள்வி. விடை தெரிந்திருந்தால் அப்போதே அந்தக் குறையைத் தீர்த்திருக்கலாம் என்ற நப்பாசையும் ஒரு காரணம். அதன் காரணமாக அந்த சிறுவயதில் அவர் பட்ட இன்னல்களும் அவமானங்களும் சற்று அதிகம்தான். தன்னம்பிக்கையை அடியோடு குலைத்துப்போடும் சாபக்கேடாக வாய்த்திருந்தது. கூழாங்கற்களை வாயில் போடுவது, மூலிகை மருந்துகள், பேச்சு பயிற்சி, மருத்துவ சிகிச்சை என்று முயன்றும் பலனில்லை; இப்போதுவரைகூட தொடர்கிறது. பள்ளி மற்றும் கல்லூரிகளில் இதன் காரணமாக பிறருடன் பேசுவது குறைந்து, கற்கும் திறனில் குறிப்பிடத்தக்க பாதிப்பை அது ஏற்படுத்தியிருந்தது. அவரது பெற்றோர் மற்றும் குடும்பத்தாரின் ஆதரவினால் சிறிது சிறிதாக நம்பிக்கைப் பெறலானார்.

தன்னைவிட அதிகமான இன்னல்களோடு வாழ்பவர்களைச் சந்தித்ததில் தனக்குக் கிடைத்திருக்கும் நல்லவற்றிற்காக மனதார நன்றி கூறி ஊக்கமுடன் செயல்படலானார். வாழ்வில் எதையாவது பெரிதாக சாதிக்க வேண்டும் என்ற எண்ணம் தோன்றுகிறது. வாழ்வது ஒருமுறை; அதனை வெற்றிகரமாக வாழ்ந்து பார்த்துவிடுவோம் என்ற முடிவுடன் குடிமைப்பணித் தேர்வுக்குத் தயாரானார். முன்பைவிட மிகத்தீவிரமாக பேச்சுப் பயிற்சிகளில் ஈடுபடுகிறார். தேடித்தேடிப் படிக்கிறார். அயராது

முயற்சிசெய்கிறார். சிறுவயதிலிருந்து தனக்கு ஏற்பட்ட இன்னல்களையும் அவமானங்களையும் அடிக்கடி நினைவில் நிறுத்தி தன்னை தொடர்ந்து கூர்தீட்டிக் கொள்கிறார். அனேகரின் கேலிகளுக்குமான ஒரே பதிலைத் தனது குறிக்கோளை அடைவதன்மூலம் வெளிப்படுத்துகிறார். இன்று இன்னல்களைத் தாண்டி சாதிக்கத் துடிக்கும் எத்தனையோ இளைஞர்களின் முன்மாதிரி அவர். குறைகள் என்றெண்ணி குறுகிவிடாமல் முயற்சியின் மூலம் உயர்ச்சியை அடைந்ததுதான் அவர் நமக்களித்த பாடம்.

சுருக்கம்:

1. விருப்பவேலைகள் மனதிற்கு மிகவும் பிடித்தமானதும், கொஞ்சமும் சிதறாமல் கவனத்தைக் குவிக்கக்கூடியதும், குறிக்கோளுக்கு ஆக்கபூர்வமான பங்களிப்பைத் தருவதுமான ஓய்வு நேர வேலைகளாகும்.

2. பணிச்சுமைகள் சவால்களைத் தாண்டி உங்களை புத்துணர்ச்சியுடன் வைப்பதில் ஓய்வு நேர விருப்ப வேலைகளுக்குப் பெரும்பங்குண்டு.

3. ஓய்வு நேர விருப்ப வேலைகளை ஆக்கம் தருபவை, ஊக்கம் தருபவை என இருவகைகளாகப் பிரிக்கலாம்.

◆

21

புத்திசாலித்தனமாக செயல்படுதல்

புத்திசாலித்தனமாக வேலை செய்வது என்பது குறைவாக வேலை செய்வதைக் குறிக்காது. உண்மையிலேயே முக்கியமானவற்றில் கவனம் செலுத்தி கடினமாக உழைப்பதைக் குறிக்கிறது.

இரண்டு மரம் வெட்டிகளிடையே போட்டி, யார் குறுகிய நேரத்தில் அதிக மரங்களை வெட்டுவதென. முதலாமவர் தொடர்ச்சியாக இடைவிடாமல் மிகவும் பொறுப்பாக வெட்டிக் கொண்டிருந்தார்; வெகு ஆவேசமாகவும் வெட்டிக் கொண்டிருந்தார். தனது ஓய்வுக்குக்கூட அவர் நேரம் ஒதுக்கவில்லை; ஒரு நொடியைக்கூட வீணாக்கவில்லை. இரண்டாமவரோ இடையிடையே ஓய்வெடுப்பது என்று அவ்வப்போது நேரத்தை விரயம் செய்து கொண்டிருந்தார். வெகு நிதானமாகவும் அலட்டிக் கொள்ளாமலும் தனது வேலையைச் செய்து கொண்டிருந்தார். குறிப்பிடத்தக்க அளவு நேரம் ஓய்விலேயே போயிற்று.

மாலையில் இருவர் வெட்டிய மரங்களின் அளவையும் ஒப்பிட்டு பார்க்கையில் அனைவருக்கும் வியப்பாய் இருந்தது. இரண்டாமவரே வெற்றி பெற்றிருந்தார். அவரிடமே காரணம் கேட்கப்பட்டது. அதற்கு அவர், தான் அவ்வப்போது ஓய்வெடுக்கையில் எனது உடல் ஆற்றலை மட்டும் புதுப்பித்துக் கொள்ளவில்லை; எனது கோடரியையும் கூர்மைப் படுத்திக் கொண்டேன். அதுதான் தனது வெற்றியின் இரகசியம் என்றார். கடுமையாக உழைப்பதைவிட புத்திசாலித்தனமாகச் செயல்படுவதும் உடல் பலத்தை நம்புவதைவிட அறிவுக் கூர்மையை நம்புவதுமே இலக்கை அடைவதற்கான ஆக்கப்பூர்வமான வழிகள் என்பதே இங்கு பாடமாகும்.

சரி, எப்படியெல்லாம் புத்திசாலித்தனமாகச் செயல்பட்டு நேரம், ஆற்றல், உழைப்பு ஆகியவற்றை சேமித்து செயல் திறனை அதிகப்படுத்தலாம் என்பதைப் பார்க்கலாம்.

விரைவாகப் படிப்பது:

விரைவாகப் படிப்பது நேரத்தை மிச்சப்படுத்துவதோடு கவனச் சிதறலையும் வெகுவாகக் குறைக்க உதவுகிறது. வாசிக்கும் போது கைவிரலையோ அல்லது பென்சில் பேனா போன்றவற்றைக் கொண்டோ கண்பார்வையுடன் பொருந்துமாறு நகர்த்திப் படித்தால் அதிகமான பக்கங்களை குறைவான நேரத்தில் கவனச்சிதறலின்றி முடிக்க முடியும்.

முதலில் மிக விரைவாக மேலோட்டமாக ஒருமுறை ஒரு பக்கத்தைப் படிக்க வேண்டும். அதன்பிறகு இரண்டாவது முறை ஆழ்ந்து படிக்கும்போது அதிகமான புரிதல் கிடைக்கும். புரியாதவற்றைக் குறித்து வைத்துப் பின்னர் ஆய்ந்து புரிந்து கொண்ட பின்னர் மூன்றாவது முறையாக முழுவதுமாகச் சேர்த்துப் படிக்க வேண்டும்.

அவ்வாறு மூன்றாவது முறை படிக்கும் போது ஒவ்வொரு வாக்கியத்திலும் ஒரு மைய வார்த்தையைக் கண்டு அடிக்கோடிட வேண்டும். அந்த மைய வார்த்தையைச் சுற்றித்தான் முழு வாக்கியமும் அமைந்திருக்கும். இவ்வாறு ஒவ்வொரு வாக்கியத்திற்கும் ஒரு மைய வார்த்தை வீதம் ஒரு பத்தியில் நான்கைந்து மைய வார்த்தைகளே தேறும். ஒரு பக்கத்திற்கு இருபது இருபத்தைந்து மைய வார்த்தைகள் தேறும்.

குறிப்புகள்:

இந்த மைய வார்த்தைகளை குறுங்குறிப்புகளாக எழுதி வைத்துக் கொண்டு அவ்வப்போது வாசித்து வந்தால் அந்த முழுப்பக்கமும் எளிதில் மனதில் நிற்கும்.

ஒரு அத்தியாயத்தையோ தலைப்பையோ எடுத்துக் கொண்டு அதில் பக்கத்திற்கு இருபது என்று தேறிய மைய வார்த்தைகளைச் சேர்த்து மனவரைபடம் ஒன்றை ஒரு பக்கத்தில் வரையலாம். இது செம்மையான முறையில் மனதில் படமாகப் பதிந்து விடும். மேலும், பிறகு கூடுதலாக கற்பவற்றை இதில் எளிதாகச் சேர்த்து மனதில் பதித்து விடலாம்.

குறிப்பு என்பது அவரவர் வசதிக்கே அன்றி பிறருக்குப் புரியவேண்டிய, பிடிக்கவேண்டிய அவசியமில்லை. அதனால் தனக்குப் பிடித்த வகையில் சுருக்கெழுத்துகளைக் கொண்டோ சின்னங்களைக் கொண்டோ ஒருவர் குறிப்புகளைத் தயாரித்துக் கொள்ளலாம்.

குறிப்புகளை மனதிற்குப் பிடித்த வகையில் வண்ண மைகளைக் கொண்டோ விதவிதமான பேனாக்களைக் கொண்டோ ரசித்து

தயாரிக்கும் போது சோர்வு ஏற்படுவதில்லை; மாறாக, மனம் இயைந்து லயித்து செய்யும் எதுவும் இயல்பாக மனதில் ஒட்டிக்கொள்வது உண்மை.

திரும்பப் படித்தல்:

திரும்பப் படித்தல் என்பது தவறுதலாக புரிந்து கொண்டவற்றைத் திருத்திக் கொள்வதற்கும், இயல்பாகவே நினைவிலிருந்து மறைந்து போகும் பாடங்களை மீண்டும் ஆழமாக மனதில் பதிய வைப்பதற்கும்தான்.

திரும்பப் படிக்கும்போது ஒரு பாடத்தை இன்னும் ஆழமாகப் புரிந்து கொள்ள முயற்சி செய்தால், மேலும் அதன் தொடர்பான பலவற்றைத் தெரிந்து கொள்வதுடன் தவறுதலாகப் புரிந்து கொண்டவற்றை ஆரம்பத்திலேயே கண்டறிந்து சரிசெய்து விடலாம். மாறாக, கடமையே என்று திரும்பப் படிக்கும்போது, தவறானவை மனதில் அழுத்தமாகப் பதிந்து அது தொடர்பான பலவற்றையும் தவறாகவே புரிந்து கொள்ள நேரிடும்.

முறைப்படுத்தப்பட்ட திரும்பப் படித்தல் என்பது படித்தவற்றை முறையாக மனதில் பதியவைப்பதற்கு உதவுகிறது. ஒரு பாடத்தை முதல் நாள் படித்தபிறகு இரண்டாவது நாள் ஒருமுறையும் ஒரு வாரத்திற்குப் பிறகு ஒருமுறையும் ஒரு மாதத்திற்குப் பிறகு ஒருமுறையும் படித்தால் ஆழமாக மனதில் பதிந்து வெகு நாட்களுக்கு நினைவிலிருக்கும்.

ஞாபக சக்தி:

மூன்று முறைகளில் படிப்பவற்றை நினைவில் பதிய வைக்கலாம். ஒன்று, கண்பார்வை மூலமாகச் செய்வது. படிப்பது, குறிப்புகளை மனவரைபடமாக தயாரிப்பது, ஒளிப்படமாகப் பார்த்துப் படிப்பது போன்றவை. இரண்டாவது, காதுகளைக் கொண்டு பதிய வைப்பது. வாய்விட்டு வேகமாக படிப்பது, ஒலிப்பாடமாகக் கேட்டுப் படிப்பது, அலைபேசியில் பதிவு செய்து திரும்ப கேட்பது போன்றவை.

மூன்றாவது, ஒரு செயலை அனுபவித்து செய்வதன்மூலம் உணர்வுபூர்வமாக பதியவைப்பது. புதுவிதமான வழிகளில் மனதுக்குப் பிடித்த வகையில் படிப்பது, குறிப்பெடுப்பது, திரும்ப படிப்பது, பிறர்க்குக் கற்றுத் தருவது, விவாதிப்பது போன்றவை. பொதுவாக அனைவருக்கும் மூன்று வகைகளும் அனுகூலம் தருமென்றாலும் ஒன்றோ அல்லது அதற்கு மேற்பட்டவையோ இயல்பாகவே

அவர்களின் பலமாக அமைந்திருக்கும்; அதனைக் கண்டு செம்மைப் படுத்துவதோடு மற்றவற்றையும் அதிகமாக உபயோகிக்க முயலுதல் நலம்.

பட்டியலிலுள்ள அனைத்தையும் வரிசை மாறாமல் நினைவில் வைக்க அவற்றின் முதலெழுத்தைக் கொண்டு ஒரு வார்த்தை அமைப்பது, வருடங்கள் போன்ற எண்களை நினைவில் வைக்க 09 வரையான எண்களுக்கு பொருட்கள் விலங்குகள் போன்று உருவங்களை அவரவர் விருப்பம் மோல கற்பனை செய்து கொள்ளலாம்.

எடுத்துக்காட்டாக:

0 முட்டை; 1 பேனா; 2 கொக்கு; 3 மனித காது; 4 பாய்மரப் படகு; 5 தூண்டில் முள்; 6 யானையின் துதிக்கை; 7 ஹாக்கி மட்டை; 8 நிலக்கடலை; 9 ஊக்கு என்று ஒருவர் கற்பனை செய்து கொள்ளலாம்.

உதாரணமாக 6132 என்ற நான்கு இலக்க எண்ணை நினைவில் கொள்ள ஒரு சுவாரசியமான கற்பனைக் கதையை அவரவர் விருப்பம்போல தயாரித்துக் கொள்ளலாம். எந்த அளவுக்கு விளையாட்டுத் தனமாகவும் அசாதாரணமாகவும் கற்பனை செய்கிறோமோ அந்த அளவுக்கு அது எளிதில் மனதில் பதியும். ஒருவகையில் பின்வருமாறு கற்பனை செய்யலாம். யானையின் துதிக்கை இடித்ததில் நடுத்தெருவில் நடப்பட்டிருந்த இரண்டாள் உயர பேனா சாய்ந்தது; அது அருகில் நின்றிருந்த மனிதனின் காதை அறுத்து விட்டது; அதை அங்கு வந்த கொக்கு கொத்திச்சென்றது. சுவையான கதைகள் அவ்வளவு எளிதில் மறப்பதில்லை. இவ்வாறு எத்தனை இலக்க எண்களையும் எளிதில் மனதில் நிறுத்திக் கொள்ளலாம். தேவையான போது சடுதியில் நினைவு கூர்ந்து விடலாம்.

தேர்வில் வெளிப்படுத்துவது:

எவ்வளவுதான் கற்றவராகவும் அறிவாளியாகவும் இருந்தாலும் முறையாகத் தேர்வில் வெளிப்படுத்த இயலாவிடில் எந்தவிதப் பயனுமில்லை. விடைகளை மதிப்பிடுபவர்களுக்குத் தெளிவாகவும் புரியும் வகையிலும் எழுத வேண்டும். முடிந்தவரை நிலப்படங்கள், வரைபடங்கள் மற்றும் விளக்கப்படங்கள் துணையுடன் விளக்கலாம்; நேரத்தையும் சேமிக்கலாம். மேலும், தொடர் எழுத்துப் பயிற்சியின் மூலம் விரைவாகவும் சுருக்கமாகவும் எழுதப் பழகவேண்டும். கேள்விகளை சரியாகப் புரிந்து கொண்டு உப தலைப்புகள் கொடுத்து விடையெழுத வேண்டும். தேர்வு முடிந்தவுடன் முக்கியமானவற்றை அடிக்கோடிட்டுக் காட்டுவதும் பலனளிக்கும்.

நேர்முகத் தேர்வில் கேள்விகளுக்கு நேர்மையான முறையில் பதில் அளிக்க வேண்டும். ஒரு பொய் சொல்லப்போய் நாம் சொல்லும் அனைத்துமே பொய்யாகக் கருதப்படும் அபாயம் உண்டு. எந்தவொரு சிக்கலுக்கும் உங்களுக்கென்று ஒரு நிலைப்பாட்டை வைத்துக் கொள்வது நல்லது. நிலைப்பாடு சரியா தவறா என்பதைவிட அதை நீங்கள் எவ்வாறு நியாயப் படுத்துகிறீர்கள் என்பதையே மதிப்பிடுவார்கள்.

உங்களது நடை, உடை மற்றும் உடல் மொழிகளில் அந்த ஒரு அரைமணி நேரம் மட்டும் மாற்றத்தைக் கொண்டு வந்து கூடுதல் கவனத்துடன் செயல்படுவது உங்களின் ஒட்டுமொத்தச் செயல்திறனை பாதிக்கும். அதற்கு மாறாக தேவையான மாற்றங்களை ஆரம்பத்திலிருந்தே உங்களது இயல்பாகவே மாற்றிக் கொண்டால் கவனச்சிதறலின்றி மிகவும் முக்கியமான பகுதியான பதிலுரைத்தல் என்பதில் அனுகூலம் பெறலாம்.

சுருக்கம்:

1. கடுமையாக உழைப்பதைவிட புத்திசாலித்தனமாகச் செயல்படுவதும் உடல் பலத்தை நம்புவதைவிட அறிவுக் கூர்மையை நம்புவதுமே இலக்கை அடைவதற்கான ஆக்கப்பூர்வமான வழிகள்.

2. முறைப்படுத்தப்பட்ட திரும்பப் படித்தல் என்பது படித்தவற்றை முறையாக மனதில் பதியவைப்பதற்கு உதவுகிறது.

3. மூன்று முறைகளில் படிப்பவற்றை நினைவில் பதிய வைக்கலாம்.

◆

22

பிற்சேர்க்கை

List of Services

1. Indian Administrative Service (IAS)
2. Indian Foreign Service (IFS)
3. Indian Police Service (IPS)

Group A Services:

4. Indian Audit and Accounts Service (IA&AS)
5. Indian Railway Management Service (IRMS)
6. Indian Revenue Service (Customs & Indirect Taxes)
7. Indian Revenue Service (Income Tax)
8. Indian Civil Accounts Service (ICAS)
9. Indian Corporate Law Service (ICLS)
10. Indian Defence Accounts Service (IDAS)
11. Indian Defence Estates Service (IDES)
12. Indian Information Service (IIS)
13. Indian Postal Service (IPoS)
14. Indian Railway Personnel Service (IRPS)
15. Indian Railway Accounts Service (IRAS)
16. Indian P&T Accounts and Finance Service (IP&TAFS)
17. Indian Railway Protection Force Service (RPF)
18. Indian Communication Finance Services (ICFS)
19. Indian Trade Service (Grade III)

Group B Services:

20. Armed Forces Headquarters Civil Service (Section Officer's Grade)
21. Delhi, Andaman and Nicobar Islands, Lakshadweep, Daman and Diu, and Dadra and Nagar Haveli

Civil Service (DANICS)

22. Delhi, Andaman and Nicobar Islands, Lakshadweep, Daman and Diu, and Dadra and Nagar Haveli

Police Service (DANIPS)

23. Pondicherry Civil Service (PONDICS)
24. Pondicherry Police Service (PONDIPS)

Plan of Exam

A. PRELIMINARY EXAMINATION:

The Examination shall comprise of two compulsory Papers of 200 marks each.

(i) Both the question papers will be of the objective type (multiple choice questions) and each will be of two hours duration.

(ii) The General Studies Paper- II of the Civil Services (Preliminary) Examination will be a qualifying paper with minimum qualifying marks fixed at 33%.

(iii) The question papers will be set both in Hindi and English.

B. MAIN EXAMINATION:

The Written Examination will consist of the following papers:-

Qualifying Papers:

Paper-A (One of the Indian Languages to be selected by the candidate from the Languages included in the Eighth Schedule to the Constitution). 300 Marks

Paper-B English 300 Marks

Papers to be counted for merit:

Paper-I Essay 250 Marks

Paper-II General Studies- I 250 Marks (Indian Heritage and Culture, History and Geography of the World and Society)

Paper-III General Studies -II 250 Marks (Governance, Constitution, Polity, Social Justice and International Relations)

Paper-IV General Studies -III 250 Marks (Technology, Economic Development, Bio-diversity, Environment, Security and Disaster Management)

Paper-V General Studies -IV 250 Marks (Ethics, Integrity and Aptitude)

Paper-VI Optional Subject - Paper 1 250 Marks

Paper-VII Optional Subject - Paper 2 250 Marks

Sub Total (Written test) 1750 Marks

PERSONALITY TEST: 275 Marks

Grand Total 2025 Marks

SYLLABUS

Preliminary Examination

Paper I - (200 marks) Duration: Two hours

Current events of national and international importance; History of India and Indian National Movement; Indian and World Geography-, Physical, Social, Economic Geography of India and the World; Indian Polity and Governance-, Constitution, Political System, Panchayati Raj, Public Policy, Rights Issues, etc.; Economic and Social Development-Sustainable Development, Poverty, Inclusion, Demographics, Social Sector Initiatives, etc.; General issues on Environmental Ecology, Bio-diversity and Climate Change - that do not require subject specialization; General Science.

Paper II - (200 marks) Duration: Two hours

Comprehension; Interpersonal skills including communication skills; Logical reasoning and analytical ability; Decision making and problem solving; General mental ability; Basic numeracy (numbers and their relations, orders of magnitude, etc.) (Class X level), Data interpretation (charts, graphs, tables, data sufficiency etc. - Class X level);

Note:

1. Paper- II of the Civil Services (Preliminary) Examination will be a qualifying paper with minimum qualifying marks fixed at 33%.
2. The questions will be of multiple choice, objective type.
3. It is mandatory for the candidate to appear in both the Papers of Civil Services (Preliminary) Examination for the purpose of evaluation. Therefore a candidate will be disqualified in case he/

she does not appear in both the papers of Civil Services (Preliminary) Examination.

For other details including detailed Syllabus for the Main Exam papers, age and educational qualifications, please refer the UPSC Website Link:

<http://www.upsc.gov.in/%20/n%20_blank>

★ ★ ★

வாழ்த்துகள்! Best Wishes!